माय नेम इज
बाँड

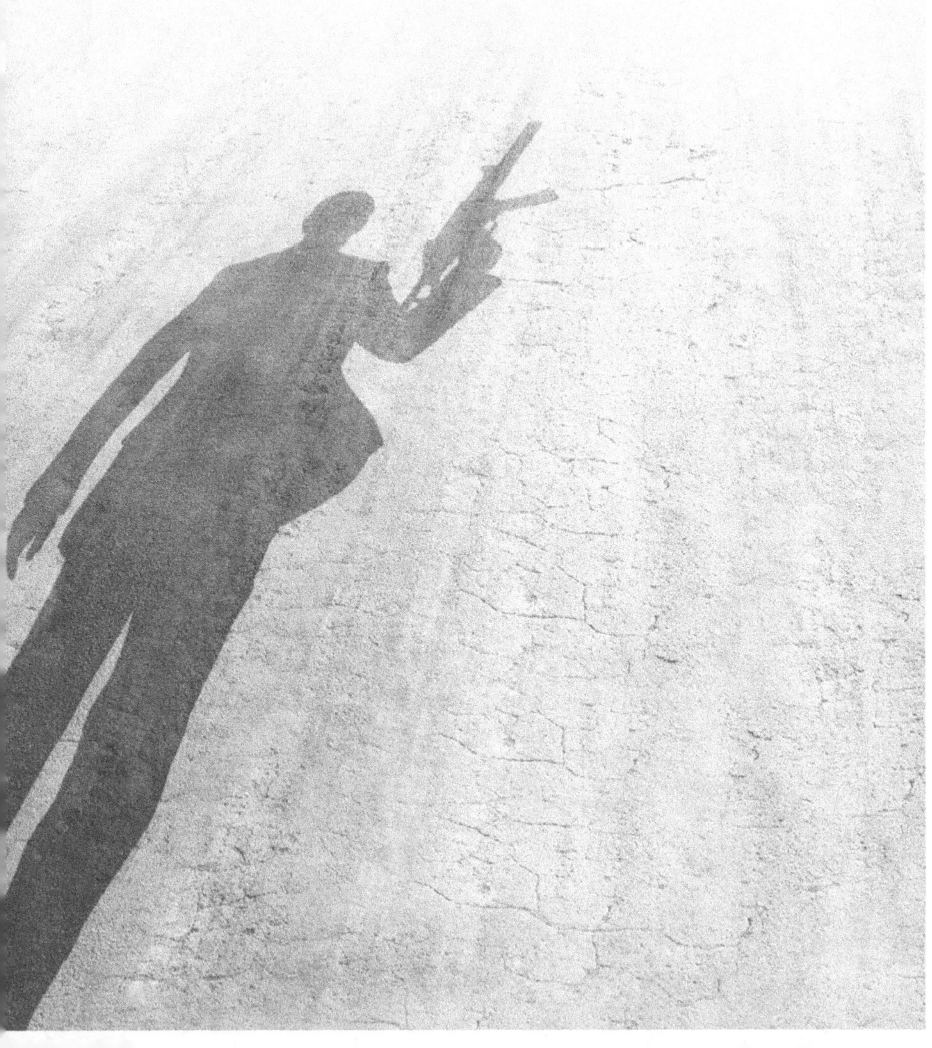

माय नेम इज

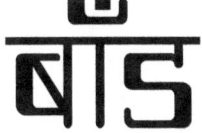

बाँड

संजय कप्तान

डायमंड पब्लिकेशन्स

माय नेम इज बाँड
संजय कप्तान

My Name is Bond
Sanjay Kaptan

प्रथम आवृत्ती : जानेवारी २०१२

ISBN 978-81-8483-419-2

अक्षरजुळणी : डायमंड पब्लिकेशन्स

मुखपृष्ठ
शाम भालेकर

मुद्रक
Repro India Ltd, Mumbai.

प्रकाशक
डायमंड पब्लिकेशन्स
१२५५ सदाशिव पेठ
लेले संकुल, पहिला मजला
निंबाळकर तालमीसमोर, पुणे ४११ ०३०.
☎ ०२० – २४४५२३८७, २४४६६६४२
diamondpublications@vsnl.net
www.diamondbookspune.com

प्रमुख वितरक
डायमंड बुक डेपो
६६१ नारायण पेठ, अप्पा बळवंत चौक
पुणे ४११ ०३०. ☎ ०२० – २४४८०६७७

मूल्य : ₹ १००

चि. श्रेयस व सौ दीपलक्ष्मी यांना रहस्यरंजन व साहसवादी
जेम्सची कहाणी सप्रेम

संजय

मनोगत

जेम्स बाँड्वरील पुस्तक वाचकांच्या हाती सोपविताना मला मनस्वी आनंद होत आहे. बाँडच्या चित्रपटांची ॲक्शनप्रधान आठवण ज्यांच्या मनात रेंगाळत असेल त्यांना हे पुस्तक खचितच आवडेल. बाँडच्या इयान फ्लेमिंग किंवा किंग्सले यांच्या कादंबऱ्या वाचून एका वेगळ्या विश्वात रममाण झालेल्या वाचकांनादेखील बाँडच्या कथांचे हे परीक्षण आवडेल ही अपेक्षा वावगी ठरू नये.

बाँड ही विलक्षण व्यक्तिरेखा आहे. धाडस, साहस, कृती आणि चापल्य यांचे ते अजोड मिश्रण आहे. या मिश्रणात षड्रसाची अद्भुत सरमिसळ झाली आहे. कल्पनारम्य साहसकथा व चित्रपटांची आवड असणाऱ्या रसिकांना ह्या कथांनी अक्षरश: वेड लावले आहे. फ्लेमिंगसारख्या प्रतिभावान व शैलीदार लेखकाच्या पुस्तकाचे हे समीक्षण नाही तर स्वतंत्रपणे रसास्वाद घेण्याचा प्रयत्न मी माझ्या क्षमतेनुसार केला आहे. रसिक वाचक त्याचे स्वागत करतील ही अपेक्षा अयोग्य ठरू नये.

बाँडवरील या पुस्तकाचे स्वागत केल्यासच इतर नवीन काही लिहिण्याची प्रेरणा होईल. सबब वाचकराजाने प्रसन्न व्हावे ही प्रार्थना. या पुस्तकाचे योग्य व दर्जेदार मुद्रण व प्रकाशन व्हावे यासाठी मनापासून प्रयास करणारे श्री. दत्तात्रय पाष्टे यांचा मी मनस्वी ऋणी आहे. त्यासोबतच समस्त डायमंड टिमचा मी मनस्वी आभारी आहे.

संजय कप्तान

अनुक्रम

१

ऑन हर मॅजेस्टीज् सिक्रेट सर्व्हिस !

सुशिक्षित समाजात आज जेम्स बाँडचे नाव माहित नाही अशी व्यक्ती क्वचितच आढळेल. जेम्स बाँडची कथा, किंवा चित्रपट न वाचलेला किंवा पाहिलेली व्यक्ती नसेलच असे नाही. पण साहस,सामर्थ्य आणि मनोरंजनाच्या जगाशी संबंध आलेली पण बाँड पटाविषयी रुची न ठेवणारी व्यक्ती खरोखरच विरळा! बाँड हे काही कथा, कादंबऱ्या किंवा चित्रपटापर्यंत मर्यादित राहिलेले पात्र नाही. बाँड हे साहसाचे दुसरे नाव आहे. धाडसी, निर्भय आणि बेदरकार वृत्तीचे ते खरे प्रतीक आहे. बाँड म्हणजे चित्तथरारक, रोमांचकारी, रंगेल आणि छटेल व्यक्तिमत्त्वाचे अफलातून मिश्रण आहे. बाँड प्रत्येक व्यक्तीच्या अंर्तमनात दडलेल्या पण व्यक्त न झालेल्या खऱ्या हिरोचे जिवंत चित्रण आहे.

जर आपण कधी एखादा बाँडपट पाहिला असेल तर बस्स ! आता पुरे असे मनाला वाटत नाही. बाँडच्या गोल्ड फिंगरच्या चित्रपटाच्या शेवटी एक वाक्य येते. 'एन्ड ऑफ गोल्ड फिंगर', बट बाँड विल बी बॅक इन 'फॉर युअर आइज ओन्ली'. खरोखरच अफाट नयनसुख देणारा, अजोड साहसी कारनामे दाखविणारा जेम्स पुन्हा पुन्हा पडद्यावर यावा असेच प्रेक्षकाला वाटते.

जेम्स हे नाव खरोखरच एखाद्या मोठ्या सोनेरी कोंदणातील लालबुंद हिऱ्याप्रमाणे त्याला शोभून दिसते. तो हसतमुख आहे. विलोभनीय आहे. तो आकर्षक आहे तो प्रसन्न व्यक्तिमत्त्वाचा आणि विलक्षण प्रभावक्षमता असणारा आहे. तो जबरदस्त तेज आणि उत्साह बाळगणारा व सदा सळसळणाऱ्या ऊर्जेचा स्रोत अंगी असणारा दिलखेच नायक आहे. अगदी कठीण प्रसंगी पण हिम्मत न हरणारा, प्रतिकूल प्रसंगावर मात करण्यासाठी नवनवीन युगत शोधणारा हा चतुरस्त्र बुद्धीचा

नायक केवळ एकमेवाद्वितीय आहे. तो सर्वत्र उमेदीने संचार करतो, साहसाने लढतो. चतुराईने आणि चपळाईने चाल करतो. तो जिंकण्याची कायम कामना ठेवणारा विजयवीर आहे. तो साहसात झुंझार आहे. प्रेमात कामदेव आहे. राष्ट्रप्रेमाचे निखळ प्रतीक आहे. जगाचे हितरक्षण करण्यासाठी बलाढ्य शक्तींशी सामना करणारा नि दुर्जनांचे निर्दालन करणारा तो महावीर आहे. परंतु तो रामासारखा सत्यव्रती, एकपत्नीव्रत ठेवणारा, चारित्र्यवान आणि सद्गुणांचा पुतळा नाही. सभ्य वाटणाऱ्या आणि नितिमत्तेच्या अनेक बांधिल चालीरीतींना प्रमाण न मानणारा, तो स्वतंत्र मनोवृत्तीचा घडीघडी सुखाने जगणारा स्वच्छंदी व्यक्ती आहे.

बाँड देशभक्त आहे. इंग्लंडच्या महान साम्राज्याचा तो शेवटचा पाईक आहे. राणीचा निष्ठावान शिलेदार आहे. देशाच्या रक्षणासाठी जीवाची तमा न बाळगता लढणारा, कोणतेही साहस करणारा, आणि कोणत्याही त्यागासाठी सज्ज असणारा असा तो अद्वितीय देशभक्त आहे. इंग्लंडचे रक्षण हे प्रत्येक देशाभिमानी इंग्लिश माणसाचे कर्तव्य आहे पण त्यासाठी जीवाची शर्त लावणारा आणि बलाढ्य, अफाट शक्ती असणाऱ्या, सर्व सामर्थ्यशाली शत्रूंशी दोनहाती लढा देण्याचे स्वप्न मात्र केवळ बाँडच सत्यात आणू शकतो. बाँड हा इंग्लंडचे सुरक्षाकवच आहे. अभेद्य, अजेय आणि अजोड असे सुरक्षाकवच.

बाँड ही इंग्लंडची मानसिकता आहे. त्यांच्या साम्राज्यावर सूर्यास्त होत नाही असे मानणाऱ्या साम्राज्यवादी, विस्तारवादी इंग्लंडचे मन बाँडच्या चरित्रातून, चित्रपटातून आणि कथानकातून व्यक्त झाले आहे. आपण ह्या जगाचे स्वामी आहोत. जो कोणी इंग्लंड्च्या विरुद्ध कारस्थान करीत आहे तो नष्ट करण्याच्या लायकीचा आहे. इंग्लंड म्हणजे सुष्टता, नितिमत्ता आणि सत् चे खरे प्रतीक आहे असे मानणाऱ्या सरंजामशाही मनोवृत्तीचे दृश्यरूप म्हणजे बाँड आणि इंग्लिश समाजाची मानसिकता होय. बाँड हे इंग्लंडच्या वैभवाची स्मृती कायम ठेवणारे, त्यांच्या साम्राज्याच्या, पराक्रमाच्या जयगाथेच्या आणि जगज्जेत्या वृत्तीला पुन्हा पुन्हा उजाळा देणारे प्रतीक आहे. इंग्लंडचे साम्राज्य आज लयाला गेले असले तरी त्याची साम्राज्यवादी वृत्ती मात्र कायम आहे हे सांगणारे चालते बोलते रूप म्हणजे बाँड आहे.

आपण या जगाला नवी दिशा दिली. नवे मार्ग, नवे तंत्र आणि नवे रूप दिले. सभ्यतेचे धडे देणारा आणि पुनरुत्थानाचे पवित्र कार्य करणारा देश केवळ इंग्लंड आहे असे इंग्लिश समाजाला वाटते. त्यांची ही स्वत:कडे पाहण्याची आत्मप्रौढीची वृत्ती आजही कायम आहे. इंग्लंड स्वत:ला या पृथ्वीचा संरक्षक, उद्धारक आणि

पालक मानतो. इंग्लंड म्हणजे सभ्य पाश्चिमात्य संस्कृतीचे दृश्य रूप आहे. सर्व अरिष्टांवर आणि अनिष्टांवर मात करणारे अजेय शस्त्र आहे. इंग्लंड हेच विकासाचे, प्रगतीचे आशेचे आणि विजयाचे प्रतीक आहे असे त्या 'रॉयल' समाजाला वाटते. सुंभ जळाला पण पीळ मात्र कायम आहे अशी आजही इंग्लिश समाजाची अवस्था आहे. या विश्वाचे आपण पोलिस आहोत असा तोरा आणि आत्मविश्वास आजही त्या समाजाला आहे. जे काही इंग्लंडच्या विरोधात आहे ते सर्व जगाच्या विरोधात जे कोणी इंग्लंडचे शत्रू आहेत ते अंतिमत: सभ्य, आणि पाश्चात्त्य जगाचे शत्रू आहेत. परिणामत: त्यांच्या विनाशात इंग्लंडचे आणि पर्यायाने जगाचे सुख सामावले आहे असे या समाजाला प्रामाणिकपणे वाटते. प्रत्येक गैर इंग्लिश व्यक्ती जेव्हा प्रगतीच्या, विकासाच्या नव्या वाटा शोधतो. त्यात काहीतरी दोष आहे आणि आपण तो शोधला पाहिजे याबाबत हा समाज सदैव दक्ष असतो. सातत्याने प्रयत्न करतो, ह्या सर्व अरिष्टांचे निर्दालन करणारे, सर्व वाईटांवर मात करणारे, सर्व अपाश्चिमात्य संस्कृतींना, व्यक्तींना आव्हान देणारे इंग्लिश समाजाचे अजेय प्रतीक म्हणजे जेम्स – जेम्स बाँड होय.

जेम्स म्हणजे पश्चिमविजय ! जेम्स म्हणजे नावीन्य, कल्पकता आणि अपूर्व साहस. जेम्स हा केवळ गुप्तहेर नाही. तो केवळ साहसी, धाडसी, निधड्या छातीचा शिलेदार नाही. तर पश्चिमेच्या साम्राज्याने आपल्या सर्व प्रतिस्पर्ध्यांना, शत्रूंना दिलेले आव्हान आहे. जेम्स कधीही पराजित न होणारे, विफल न होणारे ब्रह्मास्त्र आहे . जेम्स हे भोगवादी आणि इहवादी पाश्चात्य समाजाने पूर्वेपुढे उभे केलेले आव्हान आहे. जेम्सची सर्व कथानके एका विशिष्ट हेतूने आणि प्रेरणेने सजलेली आहेत. त्यांना विशिष्ट उद्दिष्टांचेअधिष्ठान लाभले आहे. जेम्स हा केवळ खुशालचेंडू आणि स्वच्छंदपणे वावरणारा गमतीदार आणि स्वान्त:सुखाय. लढणारा गुप्तचर नाही. तो त्यापेक्षा काहीतरी अधिक आहे. तो सर्व प्रकारे एका हेतूसाठीच लढतो. एका आव्हानाच्या पूर्तीसाठी झटतो. आपल्या विशिष्ट संस्कृतीच्या मूल्यांसाठी आणि त्यांच्या संवर्धनासाठी जेम्स सर्वस्व प्राण पणाला लावून साहसाने झटतो, संघर्ष करतो आणि अंती विजयी ठरतो. त्याचे प्रत्येक युद्ध, त्याचा प्रत्येक संघर्ष आणि प्रत्येक लढा पश्चिमेच्या विजयासाठी आहे, इहवादाच्या,भोगवादाच्या संस्कृतीचे इतरांवरील श्रेष्ठत्व व्यक्त करण्यासाठी आहे. जॉन कॉर्क या पत्रकार लेखकाचे बाँडबद्दलचे मत या संदर्भात खरोखरच लक्षणीय आहे . James Bond has not shaped history so much as given us a fictional context for our social changeover the past many decades. Bond has represented the virtues of an consumerism and materialism.

जेम्स हे पश्चिमेच्या भांडवलवादी साम्राज्यवादी आणि मुक्त अर्थव्यवस्थेच्या रक्षणासाठी पौर्वात्य, समाजवादी आणि पश्चिमेच्या विचारसरणीचा विरोध करणाऱ्यां विरुद्ध उगारलेले एक प्रभावी अस्त्र आहे. ते अमोघ आहे. ते सामर्थ्यशाली आहे. ते पश्चिमेच्या मानसिकता व्यक्त करणारे तंत्र आहे. विरोधक विविध रूपांत व्यक्त होतात. कधी ते साम्यवादी रशिया, लाल ताऱ्याच्या समाजसत्तावादी चीनच्या रूपात असतात. किंवा रशियाचे अंकित असणारे पूर्व जर्मनी, उत्तर कोरिया, व्हिएतनाम आणि क्युबा यांसारखे लाल तारे आहेत. जेम्स बाँड त्या सर्व देशांचा शत्रू ठरलेला आहे. साम्राज्यवादी इंग्लंड आणि आधुनिक भांडवलशाहीचा सर्वात बलिष्ठ चेहरा अमेरिका

आहे. जेम्स बाँड त्याचे प्रतिनिधीत्व करतो.

स्मर्श किंवा स्पेक्ट्रे यासारख्या संस्था म्हणजे लाल ताऱ्यांनी पुरस्कृत केलेल्या संघटित गुन्हेगारांच्या, अत्यंत शक्तिशाली टोळ्या आहेत. त्या अनेक चेहरे आणि अनेक रूपे असणाऱ्या आहेत. त्यांना पराभूत करणे शक्य नाही. त्याचे एखादे अंग भंगले, एखादा पराभव झाला तर ते दर्या में खसखस यासारखे आहे. त्या अनेक प्रकारचे गुन्हे एकाच वेळी करणाऱ्या, एकाच वेळी अनेक देशांत उत्पात घडवून आणणाऱ्या महाबलिष्ठ आणि संपन्न गुन्हेगारांच्या समर्थ केंद्रासारख्या आहेत. पुराणकथांमधील हायड्रा किंवा ऑक्टोपससारखे अजस्र आकाराचे आणि असंख्य पाय असणारे प्राणी जसे भयावह आणि अपराजित असतात. तसेच या संघटित गुन्हेगारांच्या टोळ्यांचे आहे. त्यातील एखादा गुन्हेगार किंवा सदस्य मारल्या गेला तर संघटनांचे फारसे काही बिघडत नाही. त्यांचे फारसे नुकसान होत नाही. त्या संपलेल्या सदस्याची जागा भरून काढणारे दुसरे तितकेच जबरदस्त ताकदीचे गुन्हेगार तिथे हजर आहेतच. ही गुन्हेगारी केवळ चोरी आणि दरोडेखोरीपर्यंतच मर्यादित नाही. तिला अनेक चेहरे आहेत. अनेक आकार आहेत. विविध प्रकारच्या अत्यंत घृणास्पद आणि बीभत्स गुन्हेगारीचे, सर्वच प्रकारच्या दहशतवादी कृत्यांचे मालकी हक्क या गुन्हेगारांच्या अखत्यारीत आहे. ते कोणताही गुन्हा सहजपणे करतात. हत्या, दरोडेखोरी, लूटमार यासारख्या किरकोळ गुन्ह्यांसाठी या टोळ्या कार्य करीत नाही तर, देशाची सरकारे बदलणे, मोठ्या प्रमाणातील तस्करी, औद्योगिक गुप्तहेरी, राष्ट्रीय गुपितांची चोरी, आणि राष्ट्रप्रमुखांच्या हत्या यांसारखी कार्ये या संघटना अंगीकृत करतात. मोठ्या प्रमाणात नागरी यद्धे, यादवी, सत्तांतर आणि आंतरराष्ट्रीय स्तरावरील गुपितांची चोरी या सर्वांमध्ये या संघटना वाकबगार आहेत. अशा संघटना अनेक राष्ट्र प्रमुखांना आपले अंकित करतात. काही राष्ट्रांच्या

वतीने, इतर काही राष्ट्रांच्या विरुद्ध त्या कार्य करतात. 'माफिया' हा शब्द ज्या प्रकारच्या संघटित गुन्हेगारीसाठी वापरला जातो, त्या प्रकारच्या गुन्हेगारीमध्ये या संघटना तरबेज आहेत. या सर्वांवर मात करण्यासाठी त्या संघटनांना त्यांच्याच शस्त्राने मारणारा, त्यांना सतत हतबल करणारा अजेय नायक हवा. तो नितीमत्ता आणि परंपरागत मूल्यांच्या जाळ्यात न अडकता अत्यंत बेदरकारपणे वागणारा निर्भय व धाडसी असणे गरजेचे आहे. त्याला फक्त एकाच गोष्टीची जाणीव हवी, शत्रूंचा विनाश समूळ नायनाट. कोणत्याही परिस्थितीत, कोणत्याही पद्धतीने त्यांना नामोहरम करणे. त्यासाठी शस्त्रांची अट नाही. तंत्राची मर्यादा नाही. प्रेम आणि हत्या यांचा त्याला मुक्त परवाना आहे. बाँडला ह्या सर्व गोष्टींची पूर्ण जाणीव आहे. त्याला आपले ध्येय काय आहे याची संपूर्ण कल्पना आहे. तो आपल्या कार्याशी पूर्णपणे एकरूप झालेला आहे आणि म्हणूनच तो आपल्या कोणत्याही शत्रूला कोणत्याही सबबीवर माफ करीत नाही. ज्याचा वध करणे आवश्यक आहे, त्यांना प्राणदान देत नाही. आणि त्यासाठी आवश्यक असणारी क्रूरता, मानसिक कठोरता त्याच्यामध्ये आहे.

बाँड हा मार्दवाचे, आणि पौरुषाचे सर्वात आकर्षक चिन्ह आहे. ललनांना प्रेमाच्या जाळ्यात सहजपणे फसविणारा, कामदेवाचा बाण आहे. त्याच्या नजरेतील मोहकता आणि चुंबकाप्रमाणे कोणालाही आपल्याकडे आकर्षित करण्याची अपूर्व शक्ती लक्षणीय आहे. तो कोणत्याही स्त्रीला आपल्या प्रेमपाशात ओढू शकतो, पण स्वत: मात्र कोणाच्याच प्रेमजाळ्यात सापडत नाही. त्याचे प्रेम सहेतुक आहे , स्वार्थलोलुप आहे पण कधीही तो स्त्रीच्या प्रेमाखातर देशहिताला , आपल्या ध्येयाला दुय्यम स्थान देत नाही.

तो आपल्या आवडीनुसार पोशाख करतो. वेशभूषा आणि पेहरावाकडे विशेष लक्ष देतो. स्त्रियांचे विशेषत: सुंदर स्त्रियांचे आपल्याकडे लक्ष जावे याची काळजी घेतो. त्याच्या सौंदर्याचा आस्वाद घेणे त्याला गैर वाटत नाही. तो स्वच्छंदी आहे, स्वैर आहे, पण स्त्रैण नाही. तो भोगवादी आहे, पण भोगदास नाही. ललनांचे आकर्षक मदनबाण आणि हावभाव यांमुळे तो प्रसन्न होतो पण निरस्त्र आणि निःशस्त्र मात्र होत नाही. आणि म्हणूनच तो आपले ध्येय कितीही लोभ आणि मोहांचे पाश त्याच्याभोवती टाकलेत तरी पूर्ण करतो, त्यापासून विचलित होत नाही.

बाँड हा चतुर आहे. तो परिस्थितीचा नेमका व अचूक अंदाज घेणारा, त्यावर कसोशीने मात करणारा, त्यासाठी विशेष प्रयत्न करणारा गुप्तहेर आहे. तो

कोणत्याही कारणामुळे, दबावामुळे हतबल होत नाही. आपले मानसिक संतुलन खचू देत नाही. धाडस, साहस आणि धैर्य यांना तो आपले शक्तिस्थान मानतो, त्यांचा कल्पकतेने वापर करतो. त्याचे शत्रू त्याच्यावर मात करतात पण त्यामुळे तो पराभूत होत नाही. घाबरत नाही. त्याचा आत्मविश्वास लपवता येत नाही. याउलट तो अशा परिस्थितीचा शांतपणे विचार करतो. परतीचा, जिवंत राहण्याचा मार्ग कोणता याचा विचार प्रथम करतो. ताणतणाव आणि कठीण प्रसंग यांमध्ये सर्वात महत्वाचे शस्त्र म्हणजे प्रसंगावधान. चतुराई आणि समयसूचकता यांचा कल्पकतेने वापर करणे हा मोठा सद्‌गुण आहे. त्यामुळे अरिष्टांवर मात करता येते हे बाँडला चांगलेच उमजले आहे. बाँड त्याचा योग्य तो वापर कसा करायचा हे जाणतो, आणि म्हणूनच तो आपल्यापेक्षा बलाढ्य, पराक्रमी आणि सर्व साधनसंपन्न शत्रूंवर मात करतो.

विषम परिस्थितीत प्रत्येकच लढा यशस्वी होत नाही. योग्य वेळ येईपर्यंत माघार घेणे म्हणजे पळपुटेपणा नाही. तर तो जिवंत राहण्याचा, लढा चालू ठेवण्याचा खरा मार्ग आहे हे त्याला कळले. तो आततायीपणाला शहाणपणा मानत नाही.

तो भेकड नाही, पण वेडे साहस मात्र त्याला मान्य नाही. तो तळहातावर शिर घेऊन 'मारू किंवा मरू ' या तत्वाने लढत नाही. उलट अशावेळी शत्रूच्या कैदेत राहणे, त्याला तात्पुरते शरण जाणे त्याला गैर वाटत नाही. तो आपल्या चतुराईचा वापर करून कैदेतून मुक्त होण्याची युगत शोधण्याचा प्रयत्न करतो. 'अखंड सावध असावे, प्रसंगी चमत्कार दाखवावे' यावर तो विश्वास ठेवतो.

तो अकारण शहीद होणे योग्य मानत नाही. कारण शहीद एकदाच होता येते. हौतात्म्य पुन्हा पुन्हा पत्करता येत नाही पण विजयी मात्र अनेक वेळा होता येते. विजयी होण्याचा नवा मार्ग कोणता, संकटातून बाहेर येण्याचा मार्ग काय राहिल ह्याचा तो विचार करतो. हा मार्ग त्याला सापडेपर्यंत तो अन्याय, त्रास आणि वेदना यांचा शांतपणे सामना करतो. एका धीरोदत्त गुप्तहेराची ती खरी ओळख आहे. जेम्सचादेखील तोच परिचय आहे. जेम्स अडचणीवर मात करण्यासाठी शक्तीपेक्षा युक्तीवर अधिक विश्वास ठेवतो. कल्पकता, प्रसंगावधान आणि सावधता यांचे तो खरे प्रतीक आहे. त्याची कामगिरी त्याच्या अजस्त्र शारीरिक सामर्थ्यामुळे किंवा पाशवी,अमानवीय शारीरिक ताकदीमुळे चमकदार होत नाही, तर त्याच्या अपूर्व चातुर्यामुळे कल्पनातीत सावधानतेमुळे आणि तंत्रवैविध्यामुळे तो संकटांवर मात करतो. तो साध्या वाटणाऱ्या पण इतरांना सहजी लक्षात येणार नाही अशा तंत्रांचा

वापर करतो. पण ती तंत्रे साधी असतात, बाँडचे अंगभूत चातुर्य आणि प्रशिक्षण यांचा नेमका परिचय होतो. 'जसा शत्रू तसा प्रतिकार' या न्यायाप्रमाणे तो वागतो. नेमबाजी, मुष्टियुद्ध, तलवार आणि ज्यूडो कराटे यांसारख्या सर्वच प्रतिकार आणि युद्धतंत्रांमध्ये तो अत्यंत तरबेज आहे. त्याहीपेक्षा महत्वाचे म्हणजे तो चपळ आहे, चतुरस्त्र आहे, चलाख आणि धूर्त आहे. बाँडचे हे गुणच त्यास सर्वश्रेष्ठ गुप्तहेर करण्यासाठी कारणीभूत ठरतात. बाँड आपल्या शत्रूची नेमकी परिभाषा करतो, त्याला पूर्णपणे समजून घेतो. त्याचे पाणी जोखतो, त्याची शक्तिस्थळे, न्यूनस्थळे आणि आक्रमणाची तंत्रे यांचा नेमका अंदाज घेतो. धनाढ्य उद्योगपती, अफाट ताकद आणि साधनांची विपुलता असणारे जनरल्स, अचाट कल्पनांनी भारावलेले हुकूमशहा, सर्व जगावर सत्ता गाजविण्याची मनीषा व महत्त्वाकांक्षा असणारे धनदांडगे यांचे तो योग्य प्रकारे आकलन करतो. त्यांना कशाप्रकारे नामोहरम करावयाचे ह्याची अचूक आखणी करतो, सर्वच बाबी दैवावर न ठेवता तो चातुर्य आणि प्रसंगावधानाचापण कल्पकतेने वापर करतो.

बाँड नसता तर, कोणीतरी वेडा धनाढ्य उद्योगपती आपल्या मर्जीचे जग निर्माण करण्यासाठी पुढे सरसावला असता. आजची परिस्थिती बदलावी, नवे सुंदर आणि चांगले जग निर्माण व्हावे यासाठी त्याने चंद्रावर, किंवा समुद्राखाली प्रतिसृष्टी निर्माण करण्याचा 'विश्वामित्री' प्रयत्न केला असता, त्यात जर त्याला यश आले असते तर सारी पृथ्वी निर्मनुष्य झाली असती. सारी मानवजात संपुष्टात आली असती पण तसे घडायचे नव्हते म्हणूनच बाँड आहे. तो असल्या प्रसंगात शत्रूंवर मात करतो, त्यांना नामोहरम करतो, जग पुन्हा एकदा सुटकेचा निःश्वास सोडते. बाँड असल्या खुळचट कल्पना असणाऱ्या वेड्या महत्वाकांक्षी पण धनदांडग्यांना योग्य तो धडा शिकवतोच. तो त्यांच्या असाधारण योजना उद्ध्वस्त करतो.

पश्चिमेचा हा त्राता अशाप्रकारे सतत प्रयत्न करतो. पुढे जातो आणि अंतिमत: विजयी ठरतो. जग त्याच्या खांद्यावर डोके ठेवून बालकाप्रमाणे शांतपणे, निर्धोकपणे, पूर्ण विश्वासाने झोपी जाते. जोपर्यंत बाँड आहे तोपर्यंत बाँड नसता तर हा विचारच जगाच्या मनाला शिवत नाही. तो आहे मग काय हवे असाच प्रश्न पडतो.

बाँड हा मददगार आहे. संकटात मदतीसाठी धावून येणारा, धावा केल्यावर, सादेला प्रतिसाद देणारा हुकमी साथीदार आहे, त्राता आहे पण, तरीही तो वेगळा आहे. लहान मुले संकटात सापडल्यावर त्यांच्या मदतीसाठी धावून जाणारा तो मानवतावादी नाही. म्हाताऱ्या बाईला रस्ता ओलांडण्यासाठी मदत करणारा तो परोपकारी गोपाळ नाही. तो मानवतेचे रक्षण अवश्य करतो, पण म्हणून त्याला

मानवाधिकारांचे रक्षण करणारा, सामान्य दर्जाचा हवालदार मात्र मानता येणार नाही. तो वर्दळीच्या रस्त्यावर भरधाव वेगाने वाहन चालविणाऱ्या खुशालचेंडूंना पकडणारा, रोडसाइड रोमियोला धडा देणारा आणि पाकिटमारांचे हात जेरबंद करणारा सामान्य पोलिस नाही. त्याची हुकूमत वेगळीच आहे, त्याचे राज्य वेगळ्या नियमांनी आणि वेगळ्याच अंगांनी चालते त्याचा दर्जा बराच वरचा आहे.

प्रत्येकाच्या मनात असा एक बाँड दडलेला आहे. हिरो वरशिप(नायकपूजा) करणाऱ्या प्रत्येकाच्या मनात एक जेम्स आहे. मार्दव, तेज, साहस आणि अचाट धारिष्ट्य असणारा सतत विजयी होणारा बाँड आहे. तो नावीन्य, कल्पकता आणि बदलांना पुढे आणतो. जे आपण करू शकत नाही, ते सर्व करण्यात तो तत्पर असतो. सर्व शत्रूंचा तो नायनाट करतो नि आनंद, साहस, श्रेष्ठत्व, यश आणि पराक्रम यांनी जीवन भरून टाकतो.

तो आपल्यापेक्षा वेगळा आहे. परिपूर्ण आहे. पूर्ण पुरुष आहे आणि म्हणून तो हवाहवासा वाटतो. आपण सत्यात नाही पण कल्पनेत तरी बाँड व्हावे, सतत विजयी व्हावे असे मानणे ह्यात गैर काय ! ह्या विचारातच बाँडचा विजय आहे. हेच बाँडचे खरे वास्तव आहे.

२

थंडर बॉल

रहस्य, साहस, चित्तथरारक व रोमांचक गुप्तहेर कथा या केवळ गेल्या दोन तीन दशकातच लिहिल्या गेल्या आहेत असे नाही. त्या या पूर्वीच्या काही दशकात लिहिल्या जात होत्या आणि आजही व यापुढेही लिहिल्या जातील. काळ बदलेल, समाजाची मानसिकता बदलेल, परिस्थिती आणि पात्रे पण बदलतील, तरीही रहस्याची आणि गुढाची ओढ कमी होईल असे मात्र नाही. मानवाला गुढाचे आकर्षण राहणार नाही, असे क्वचितच होईल. कारण गूढ रंजन ही केवळ मनोरंजनाची बाब नाही, तर ते कायम स्वरूपाचे आकर्षण आहे.

गुढाचे आकर्षण कुतुहलातून निर्माण होते, तसेच ते अनाकलनीय घटना व अतर्क्य घडामोडींचा विचार करूनही निर्माण होते. 'गूढत्व' हा निसर्गाचा स्वायीभाव आहे, आणि माणसाचे लपलेले वैशिष्ट्यदेखिल आहे. आपण एखादी गोष्ट का करतो हे कळले तर त्यातील कुतूहल, मनोरंजकता, थरार आणि कौतुक संपून जाते. मग उरते ती केवळ एक यांत्रिक प्रक्रिया, एकसुरी, चोकोरीबद्ध पद्धतीने करावयाची सरळधोपट कृती. त्यात आनंद नसतो तर असती केवळ औपचारिकता.

माणूस एकसुरीपणाला उबगतो. त्याला यंत्रवत जगण्याचा कंटाळा येतो, तिटकारा येतो. त्याला नावीन्य हवे, थरार हवा. चित्तथरारक आणि रंजक आयुष्य हवे. सरळ मार्गाबरोबर, राजरस्त्या सोबत अधून मधून नागमोडी, वळणे पण हवीत. अर्थात असे सर्व काही जेथे कुठे घडत असेल ती जागा, ती कथा, ती माणसे याचे त्याला आकर्षण स्वभावत:च असते. यामुळे तो रहस्यकथा व साहसकथाकडे वळतो. केवळ समस्या आणि वास्तव यांच्याच वाचनाची त्याला गोडी असते असे

नाही. कूट, गूढ, रहस्य आणि साहस या विषयावरील कथानके पण तितकीच आकर्षक असतात. काही भूमिका स्वत: करता येत नाही, काही घटना स्वत:च्या जीवनात घडत नाहीत. काही कारनामे अनुभवता येत नाही याचे मनस्वी वाटणारे वैषम्य देखील भरुन काढण्याचा एक मार्ग आहे तो म्हणजे रहस्य रंजनाची, साहस कथाची पारायणे करणे.म्हणूनच अनेक अपूर्ण राहिलेल्या स्वप्नांना, अनेक न जगता आलेल्या भूमिकांना आणि न पूर्ण करता आलेल्या मनोरथांना वाचनाच्या माध्यमातून जगता येते, त्याची अनुभूती घेता येते.

साहस आणि रहस्यकथांच्या लोकप्रियतेचे रहस्य या परोक्षपणे भूमिका जगण्याच्या भावनेत आहे. सुप्त असणाऱ्या पण प्रबळ आणि प्रभावी असणाऱ्या अंतर्मनामध्ये दडलेल्या भावनांमध्ये आहे. गेल्या दोन शतकांपासून रहस्यकथांची मांडणी विविध प्रकारे होत आहे ती याच कारणामुळे. विविध प्रकारच्या गुप्तहेर कथा, साहसकथा, नवल कथा, कूटकथा त्यातूनच निर्माण होत आहेत.

जेम्स बाँड हा सर्वाधिक लोकप्रिय गुप्तहेर आणि त्याची रोमांचक साहसे यांच्या कथा 'इआन फ्लेमिंग' यांनी लिहिल्या आहेत. बाँड पूर्वी देखील इंग्रजी साहित्यात गुप्तहेर कथा लिहिल्या जात होत्या. साहसी आणि चित्तथरारक साहसे करणाऱ्या कथा नायकांनी इंग्रजी सारस्वताचे दालन परिपूर्ण होते. त्यात अनेक मनसबदार, सरदार आणि शिलेदार मानाच्या पदावर आरुढ झाले होते. त्यांनी विविध कारनाम्यांनी आणि अवर्णनीय कामगिरींनी वाचकांचे पूर्ण मनोरंजन केले होते. त्याच्या अफलातून साहसांनी, अविश्वसनीय विजयांनी त्यांनी आपले चरित्र रंगविले आहे. या सर्व नायकांचे वाचकांनी मन:पूर्वक अभिनंदन केले आहे. त्यांचे वेळोवेळी कौतुक केले आहे. पण हा सर्व जणू काही सम्राटांच्या आगमनापूर्वी मानकऱ्यांना, शिलेदारांना आणि मांडलिक राजांना दिलेल्या सन्मानांप्रमाणे किरकोळ सन्मान वाटावा असे बाँडच्या आगमनानंतर वाचकांनी दिलेल्या प्रतीसादापुढे भासले.

पहिले महायुद्ध ते दुसरे महायुद्ध या दोन युद्धांच्या मधला कालखंड या लेखकांनी गाजविला. त्यांचे नायक देखील बाँड प्रमाणे गुप्तहेर होते. देशाच्या रक्षणासाठी कटिबद्ध होते. त्यांना आपल्या देशाच्या शत्रूचा नि:पात करावयाचा होता. पण त्यांची कार्यपद्धती वेगळी होती. त्याची शैली आणि हातोटी बाँडपेक्षा सौम्य, सुसंस्कृत आणि सोज्वळ होती. त्यात बाँडचा धडाकेबाजपणा नव्हता, आक्रमक चढाईचा त्वेष नव्हता. सोज्वळपणा, पारंपारिक ब्रिटिश अभिजातवृत्ती आणि औदार्याचा अंश असणारी एक मोठेपणाची भावनाच लेखकांच्या चित्रणातून

व्यक्त होती. परिणामत: हे लेखक आपल्या पात्रांना समाजाच्या मूल्य व जीवनशैलीच्या चौकटीत बांधू इच्छित होते. त्यांचे गुप्तहेर आणि खलनायकसुद्धा भद्र समाजाचेच प्रतिनिधी होते. त्याच्या वृत्ती आणि कृतीतून बिभत्सपणा व्यक्त होत नव्हता.

हे सर्व नायक श्रेष्ठ आणि भद्र समाजाचे प्रतिनिधी असल्याने, ते सामान्यांप्रमाणे वागत नाहीत. सामान्य समाजांमध्ये वावरत नाही. त्यांच्या वागण्यात, चालण्यात आणि विचार करण्याच्या पद्धतीतून उच्चभ्रू समाजाची मनोवृत्ती व्यक्त होते. ते शत्रूंना परास्त करतात, परंतु त्यासाठी अनैतिक मार्गांचा फारसा अवलंब करीत नाहीत. ते त्यांना ठार करतात, पण अपवादात्मक परिस्थितीत ते परस्त्री, मद्य आणि जुगार यांचे खुले समर्थन करीत नाही, त्यांचा मुक्त आस्वाद घेणे प्रचलित सामाजिक चालीरितीच्या विरूद्ध मानतात. त्यांना आपल्या समाजाच्या मानमान्यतांबद्दल आदर आहे. परिणामत: त्यांच्या कामगिरीतून आणि चढाई व चतुराईच्या डावपेचातून कोणत्याही प्रकारचा अशिष्ठपणा व्यक्त होत नाही. ते एकदम प्रथम दर्जाचे श्रेष्ठ सभ्यपुरुष आहेत. त्यांच्या व्यक्तिमत्वातून व्यक्त होणारे रूप अत्यंत प्रतिष्ठापूर्ण आणि स्वच्छ आहे. त्यांच्या कथानकांच्या ठेवणीतून त्यांचे एक साचेबंद आणि भरीव ठशाचे स्वरूप व्यक्त होते. त्यांची प्रतिमा अत्यंत ठराविक अशा तेजस्वी रंगानी रंगविलेली आहे. त्यात कृष्णकृत्यांच्या दाट छटा नाहीत. व्हिक्टोरियन काळातील शिलेदारांची ती सुटाबुटातील आणि तलवारीऐवजी बंदूक किंवा रिव्हॉल्वर चालविणारी आधुनिक प्रतिमा आहे. हजारो किंवा लक्षावधी वाचकांना मोहविणारे तीन नायक एका ठराविक समाजाची आक्रमक प्रतिमा होते. ते त्यात समाजाच्या वरच्या वर्गात वावरणाऱ्या पण त्याचे रक्षण करणाऱ्या एका विशिष्ट वर्गाचे खरे प्रतिनिधी होते.

हे नायक खरे होते काय ? ते वास्तवाच्या जवळचे होते काय ? याचे उत्तर होकारार्थीच दयावे लागेल. पहिले ते दुसरे महायुद्ध हा काळ हा सभ्य युरोपीय संस्कृतीच्या प्रभावाखाली असणारा समाज होता. चालीरीती, रूढी, राजकारण आणि सभोवतालचे जग या सर्वांवर युरोपीयन नितीमत्तेची सावली होती. त्यासोबतच युरोप व अमेरिकेच्या बाहेरच्या जगाची दखल घ्यावी असे जग फारसे विस्तारले नव्हतेच. न्यूयॉर्क मध्ये सुरु होणारे आंतरराष्ट्रीय कारस्थान किंवा खलबत, अखेर संपुष्टात येणार कोठे तर, ते बॉन किंवा मास्को मध्ये. क्रेमलीन किंवा व्हॅलीडीओ स्टॉक मधील खलपुरूष आणि गुप्तहेर अखेर गुप्त खलिते, मसुदे आणि संदेश चोरण्यासाठी जाणार तरी कोठे ? पॅरीस, बर्न, लंडन किंवा मिलानमध्ये, अत्यंत धूर्त, चलाख आणि सर्व दुर्गुण संपन्न खलनायक, क्रूर खुनी आणि धनदांडगे शत्रू पांढऱ्या कातडीचे होते तर, निळ्या डोळ्यांच्या, सोनेरी केसांच्या, ब्लॉंड किंवा ब्रुनेट

उंच आणि मदभऱ्या आकर्षक, दिलखेचक नायिकापण पांढऱ्या कातडीच्याच होत्या. सर्व काही युरोपीयन, सर्वच जण श्रेष्ठ वर्णाचे आणि श्रेष्ठ रंगाचे.

हे सर्व गुप्तहेर निस्वार्थपणे कार्य करीत होते. केवळ देशासाठी, केवळ शत्रूंवर मात करण्यासाठी ते लढत होते. महायुद्धांचे चटके सोसणाऱ्या युरोपीयन समाजाला म्हणूनच ते आपले वाटत होते. वास्तविक आणि वास्तवाचे प्रतिनीधी वाटत होते. प्रत्येंक फ्रेंच, इंग्लिश, बेल्जियम, पोर्तुगीज आणि स्पॅनीश किंवा अमेरिकन त्या नायकांमध्ये, फॅसीस्टांविरूद्ध नाझींविरूद्ध लढणाऱ्या साहसी पुरुषांमध्ये स्वत:चे प्रतिबिंब पहात होता. त्यांच्यामध्ये स्वत:ला एक लढवय्या नागरिक म्हणून स्वत:ची ओळख शोधण्याचा प्रयत्न करीत होता आणि म्हणूनच हे क्लबलँड नायक अत्यंत लोकप्रिय होते.

गुप्तहेराचे काम जोखमींचे असते, त्याला वेषांतर आलेच पाहिजे, त्याने नवी रूपे, नवे वेश, नवे चेहरे आणि नवीन व्यक्तिमत्त्वांचा स्विकार केलाच पाहिजे असा विचार सहज पटणारा होता. जो स्वत:ची ओळख पटू न देता काम करतो तो गुप्तहेर, ही सोपी आणि पटणारी व्याख्या त्या काळात चपलखपणे बसणारी होती. शत्रू हा सर्वत्र हजर आहे. त्याची अत्यंत रूपे आहेत. प्रकट आणि गुप्त स्वरूपात वावरणाऱ्या नवे आणि फसविणारे, चकविणारे रूप धारण करणाऱ्या या पंचम स्तंभीयांना, आक्रमक, शक्तिशाली आणि विविध व्युहरचना करणाऱ्या बाह्यशत्रूंना जर नामोहरम करावयाचे असेल तर, त्यासाठी गुप्तहेरांची गरज आहे. ते शासनाचे डोळे, काम आणि मेंदू आहेत. ते सर्वात महत्त्वाचे शस्त्र आहे असे मानणारा हा सामान्य वाचकांचा वर्ग या शिलेदारांच्या कामगिरीवर मोहित झाला होता. प्रसन्न झाला होता. त्याला या कामगिरीतून आपण देशात मुक्त करण्यासाठी, स्वातंत्र्याच्या रक्षणासाठी मदत करतो आहे असे वाटणे स्वाभाविक होते. अल्फ्रेड हिचकॉकचे 'सॅबोटीअर', आणि 'थर्टी नाईन स्टेपस्' यासारखे चित्रपट, किंवा 'फॉरेन करसपॉन्डट', 'लेडी व्हॅनीशेस' यासारखे थरारपट त्यांना वास्तवाच्या जवळचे वाटत होते. शत्रू सर्वत्र आहे. सर्व शक्तीमान आहे. त्याला पराभूत करण्यासाठी सर्वांचे प्रयत्न हवेत हा विचार व्यक्त करणारे साहित्य त्या काळात निर्माण होत होते. आणि म्हणूनच गुप्तहेर कथा आपल्या लोकप्रियतेच्या शिखरावर होत्या. नावीन्य, कल्पकता, विविधता, रोमांचकता, संभाव्यतेची विविध रूपे आणि रहस्याची कल्पनारम्य दालने यांनी त्या कथा अपूर्व आणि परिपूर्ण झाल्या होत्या.

युद्ध संपले की, शांतता प्रस्थापित होते असे नाही. युद्ध संपले म्हणजे शत्रूत्वपण नाहीसे होते असे नाही. शत्रूची अनंतरूपे आहेत. तो काळानुरूप ती

स्वीकारतो आणि त्यातूनच मग युद्धाचे, शांततेचे, वाटाघाटीचे, आक्रमक चढाईचे किंवा चातुर्यपूर्ण कारनाम्यांचे तंत्र स्वीकारले जाते. परिस्थिती कोणतीही असो, पण या सर्वच काळात जर प्रभावी भूमिका कोणाची असेल तर ती गुप्तचरांची असते. शत्रूंच्या हालचाली, डावपेच, व्यूहरचना आणि कारस्थाने या सर्वांबाबत महत्त्वाची माहिती प्राप्त करणारा आकस्मिकपणे हल्ला करण्यासाठी किंवा आकस्मिकपणे होणारा हल्ला थोपविण्यासाठी हवी असते अत्यंत गोपनीय, आणि सूत्रबद्ध माहिती. त्यासाठी हवे कसबी गुप्तहेर. म्हणूनच एका युद्धाचा शेवट हा नव्या प्रकारच्या गुप्तहेरनायकांच्या अद्‌भुत कारनाम्यांचा कथानकांचा प्रारंभ होतो. परंपरागत नायकत्व जेथे संपत होते, तेथूनच सुरुवात होती नवीन नायकाच्या नव्या कथांची, बाँड्सारख्या अजरामर नायकांची. बायबलच्या प्रारंभी एक वाक्य आहे. ''प्रथमतः पृथ्वीवर सर्वत्र अंधार होता. नंतर मग त्या सर्वशक्तिमान प्रभूने शब्दांची निर्मिती केली.'' मग तेथूनच सृष्टीची निर्मिती झाली. तसेच काहीसे बाँडबद्दल म्हणता येईल. बाँडपूर्वीचे जग एका वेगळ्याच भूतकाळाच्या अंधारात हळूहळू विरून गेले. त्यातील सभ्य नायक, प्रतिष्ठित आणि उच्चभ्रू वर्गातील खलनायक, त्यांचा अभिजन वर्गाचा नायकप्रधान समाज हळूहळू गतकाळाच्या पडद्यामागे गेला. इआन फ्लेमिंगने आक्रमक चढाईवृत्तीच्या, साहसी बेदरकार आणि अचाट साहस करणाऱ्या एकांड्या नायकाची निर्मिती केली. कामदेव आणि अर्जुनाला एकत्र करून अजोड नायक निर्माण केला. साहसांचा बादशहा आणि कामक्रीडा व द्यूत क्रियांचा सम्राट–कोणताही जुगार खेळणारा, पण अखेरची बाजी नेहमी जिंकणारा, हुकूमाचे पान नेहमी हातात ठेवणारा, एकहाती सर्व डाव जिंकणारा गुप्तहेर जेम्स बाँड.

दूर कोठेतरी हवाई बेटावर एका छोट्याशा नारळाच्या झोपडीत तो शांतपणे मद्याचा आस्वाद घेत आहे. सुंदर ललनेच्या सहवासात आनंदाचे क्षण घालवीत आहे. त्याचवेळी त्याच्या घड्याळातून एक संदेश येतो, अर्जंट ! त्वरित मुख्यालयाशी संपर्क साधा. तो शांतपणे मद्याचा घोट रिचवून उठतो. ती ललना त्याला आळसावलेल्या आवाजात आणि आसुसलेल्या चेहऱ्याने थांबण्यासाठी आर्जवे करते. पण त्याकडे पूर्ण दुर्लक्ष करून तो उठतो.

जेम्स माझ्यासाठी थांब–असे ती पुन्हा म्हणते.
पण तो तितक्याच तडफेने उठतो आणि पुढे जातो.
पण हे कशासाठी जेम्स, थांब ! असे ती म्हणते.

'हे सर्व काही इंग्लंडसाठी !' असे म्हणत तो कितीतरी पुढे निघून जातो. सारे जग मग सुटकेचा नि:श्वास सोडते. कारण आता जगाचे रक्षण करणारा त्राता आला आहे.

एका नव्या साहसाची सुरूवात अशी होते. एका नव्या जगाची सुरुवात अशी होते.

कारण बाँडपूर्वीचे जग खरोखरच असे कधीच नव्हते.

३

द मॅन विथ द गोल्डन गन

गुप्तहेर आणि रहस्यभेद करणारे ऐयार(गुप्तहेर) आपल्याला नवीन थोडीच आहेत. अनेक चांगल्या ऐतिहासिक कथा, कादंबऱ्यांमध्ये ते वारंवार भेटतात. वास्तवातदेखील त्यांची भेट होणे अपरिहार्य असते. बहिर्जी नाईक हे नाव आपणास नवीन आणि वेगळे वाटत नाही. त्या नावाचा उच्चार करताच अंगावर उमटणारे रोमांच आणि चित्तथरारक भावना यांचे वर्णन शब्दातित आहेत. चांगला देशभक्त हा कुठेतरी त्याच्या मनाच्या खालच्या कप्प्यात गुप्तहेरदेखिल असतोच. देशासाठी, देशाच्या हितरक्षणासाठी वाट्टेल ते करण्याची त्याची तयारी कशातून होते, कोणत्या भावना त्याला कारणीभूत ठरतात हे नेमके शब्दात सांगता येणार नाही. पण ज्याच्या मनात आपल्या देशाविषयी, मातृभूमीविषयी आत्मीयता आहे, ममत्व आहे, कर्तव्य, स्वामिनिष्ठा, राष्ट्रप्रेम इत्यादी शब्दांचा अर्थ त्याला कळला आहे , त्याला देशभक्त होणे फारसे अवघड नाही.

इतरांचे गुह्य जाणून घेणे, त्याचा स्वार्थासाठी वापर करणे, त्यातून कोणाचे तरी वाईट करणे हादेखील ह्या ऐयार तंत्राचा उद्देश आहेच. कोणाच्या तरी वाईटाचा विचार करणारे, दुसऱ्याची संपत्ती, सामर्थ्य, आयुष्य आणि चारित्र्य यांना सुरुंग लावण्यासाठी गुप्तहेराच्या कार्याचा वापर करणारे, ही गुपिते जाणून घेणारे इतिहासात काही कमी नाहीत. त्यांची उदाहरणे आपल्या स्मरणात अधिक तीव्रपणे राहतात. आंभी, जयचंद, सूर्याजी पिसाळ, मीर जाफर, बाळाजी नातू ही नावे आपल्या इतिहास (कु) प्रसिद्ध आहेत, त्यांनी केलेल्या फितुरीकरिता, रहस्य भेदाकरिता, विश्वासघातासाठी.

ब्रुटस्ने केलेला सिझरचा विश्वासघात, जुडासने केलेली येशूची फसवणूक आणि बेनेडिक्ट अरनॉल्डने अमेरिकन क्रांतिकारकांशी केलेली बेईमानी यांसारख्या गोष्टी आपण विसरू शकत नाही. कारण इतिहासाने त्या सर्वच व्यक्तींना आणि प्रसंगांना आपल्या हृदयपटलावर कोरून ठेवले आहे.

पंचमस्तंभीय लोक हे देशाला पोखरणाऱ्या वाळवीसारखे असतात. देशातील रहस्य आणि महत्त्वाची माहिती यांचीच ते केवळ विक्री करीत नाहीत, तर देशाच्या आत्मविश्वासाचे खच्चीकरण करतात. त्यांना पैसा, सत्ता आणि इतर भौतिक सुखांसाठी देशाची विक्री करणे गैर वाटत नाही. पत्रकार, संपादक आणि वृत्तपत्रांचे मालक आपल्या माहितीचा, साधनांचा वापर करून केवळ अन्वेषणाचे कार्य करीत नाहीत. तर, त्यासोबतच देशाच्या महत्त्वाच्या व्यक्ती व संस्थांची गोपनीय माहिती प्राप्त करतात. त्यांची मर्मस्थाने जाणून घेतात मग त्या आधारांवर त्यांचे शोषण करणे, त्यांना ब्लॅकमेल करणे शक्य होते. मग त्यातूनच देशाची, धोरणे आणि कार्यक्रम यामध्ये बदल करता येतात. लोकांना व देशाला वेठीस धरता येते, खोटा आणि अत्यंत धोकादायक अपप्रचार करता येतो. देशाला आतमधूनच कमकुवत करता येते. रशियाने ह्या तंत्राचा अनेकवेळा अत्यंत यशस्वी वापर केला आहे. लोकशाही देशातील लोकप्रिय सरकारे पाडण्यासाठी, तेथील वृत्तपत्रीय स्वातंत्र्याचा, आणि पत्रकारांचा गैरवापर करण्यात रशियन गुप्तहेरांना, स्थानिक कम्युनिस्टांच्या माधयमातून प्राप्त झाले ते खरोखरच लक्षात घेण्यासारखे आहे. (के.जी.बी.ने अनेक भारतीय पत्रकारांना आपल्या 'पे रोल' वर ठेवल्याचे आता उघडकीस आले आहे.)

स्पॅनिश गृहयुद्धाच्या काळात, जनरल एमिलो विडाल यांना जो विजय मिळाला त्याचे सर्व श्रेय त्यांनी पंचमस्तंभी कारवाया करणाऱ्या पत्रकारांना आणि आपल्या गुप्तहेरांना दिले आहे. त्याच्या गुप्तहेरांनी स्पेनमध्ये सर्वत्र असंतोष, नैराश्य आणि संतापाची जी भावना प्रस्थापितांविरूद्ध निर्माण केली त्याचा तिला विशेष फायदा झाला असे त्याने मोकळेपणे मान्य केले आहे.

पंचमस्तंभीयांचे, आणि दांभिक गुप्तचरांचे आयुष्य मर्यादित असते. त्यांनी केलेली फसवेगिरी पटकन लक्षात येते. त्यांचे चातुर्य, धूर्तपणा यामुळे समाजाचे, देशाचे जे नुकसान होते, यामुळे संताप निर्माण होतो. म्हणून एकच पंचमस्तंभीय, गुप्तहेर फार काळ यशस्वी होऊ शकत नाही. त्याचे कार्य ट्रॉयच्या घोड्यासारखे असते. शत्रूच्या मर्मस्थानापर्यंत तो नेतो, पण तेथे पोहोचल्यावर प्रत्यक्ष आक्रमणात आणि आघातात त्याचा फारसा वापर करता येत नाही.

या ट्रायच्या घोड्यांचा अत्यंत यशस्वी वापर करणारे कल्पक व्यूहरचनाकार

म्हणून आचार्य विष्णुगुप्तांचा उल्लेख करावा लागेल. जुलमी आणि अत्याचारी महानंदाचा वंशनाश करण्यासाठी त्याने रचलेले षड्यंत्र, त्यातील जिवसिद्धी, भागुरायण, विषकन्या ही सर्व पात्रे म्हणजे ट्रायचे छोटे घोडेस्वार आहेत.

'ट्रॉयचा घोडा' ही कल्पना केवळ होमरच्या महाकाव्यापुरती मर्यादित नाही. तिचा वास्तवातील वापर अधिक महत्त्वाचा ठरला. महान सेनानी, व्यूहरचनाकार आणि युद्ध नेतृत्वाचा आदर्श असणाऱ्या प्रत्येक राजाने, राष्ट्रप्रमुखाने तिचा कौशल्याने वापर केला आहे. गुप्तचरांचा वापर न करता युद्धात आणि परराष्ट्रीय धोरणात यशस्वी होण्याची कल्पना केवळ चार आणे किंमतीच्या राजाराणीच्या पुस्तकांसाठीच शक्य आहे.

नेपोलियनच्या फ्रेंच महत्त्वाकांक्षेला खतपाणी घालणाऱ्या घटकांत केवळ त्या बुटक्या कसायाची तीव्र इच्छाशक्तीच कारणीभूत नव्हती, तर त्यासोबतच त्यांचे युद्धकौशल्य आणि शत्रूंचा रहस्यभेद करणारे गुप्तहेरांचे जाळेपण होते. कार्ल शुल्मेस्टर हा नेपोलियनचा अत्यंत आवडता, विश्वासू आणि चतुर जासूस होता. तो अत्यंत यशस्वी आणि श्रेष्ठ गुप्तहेर होता. त्याने ऑस्ट्रियन युद्धात नेपोलियनला मोठा विजय प्राप्त करून दिला होता. ऑक्टोबर १८०५ मध्ये ऑस्ट्रियन सेनानी बॅरान व्हॉन लेबेरिख यांनी आपले सर्व सैन्य युद्धभूमीवर नेले. परंतु त्याच्या व्यूहरचनेची पूर्ण माहिती असल्याने नेपोलियनने बॅरानचा पराभव लीलया केला. त्यानंतर कार्ल शुल्मेस्टर हा फ्रेंच गुप्तचर यंत्रणेचा प्रमुख झाला. ऑस्ट्रियन सैन्याला शुल्मेस्टरच्या विश्वासघाताची माहिती कळली तोपर्यंत फार उशीर झाला होता, अर्थात संतापाने ऑस्ट्रियन सैन्याने शूल्मीस्टरचे घर व संपत्तीची होळी केली. परंतु हे सर्व प्रकरण 'बैल गेला आणि झोपा केला' यासारखे होते.

कार्लचा जोडीदार शोभणारा ब्रिटिश गुप्तहेर म्हणजे सिडनी रॅली हा होय. रशियामधील युक्रेनमध्ये जन्माला आलेल्या रॅलीने ब्रिटिश गुप्तहेर म्हणून रशियात अनेक वर्षे काम केले. रशियातच तो जन्माला आला असल्याने त्यावर फारसा कोणी संशय घेतला नाही. त्याचे रशियातील नाव 'सिगमा रोझेनब्लम' हे होते. आपल्या रशियन पाश्वभूमीचा त्याने चांगलाच फायदा उठवला. पर्शियन गल्फ ऑईलचे हक्क ब्रिटिशांना मिळावे यासाठी त्याने विशेष माहिती पुरविली, जर्मनांचे गुप्तहेरांचे जाळे उद्ध्वस्त व्हावे यासाठी कटकारस्थानांत त्याचा सक्रिय सहभाग होताच. पहिल्या जागतिक महायुद्धात कैसर विल्यमची गुपिते त्यांच्या अंतःपुरात जाऊन प्राप्त करण्याचे चातुर्य त्याने दाखविले. मांचुरियातील रशियन सैन्याची हालचाल, ट्रान्ससायबेरियन रेल्वेविषयीची माहिती वगैरे अनेक कामगिऱ्या त्याने सहजगत्या

पूर्ण केल्या. परंतु अखेर तो सापडलाच आणि १९२० साली त्याला फाशी देण्यात आले. सातत्याने तीस वर्षे रशियन व जर्मन सैन्याची राजकारणाची गुपिते पुरविणारा रॅली हा एक महान गुप्तहेर होता. त्याच्या जीवनावर 'एस ऑफ स्पाईज' नावाची मालिका हिस्टरी चॅनलने सादर केली होती.

माताहारी ही जन्माने डच असणारी गुप्तहेर म्हणजे ऐयारांची सम्राज्ञीच मानली पाहिजे. या अत्यंत धूर्त, चतुर आणि तीव्र बुद्धीच्या ललनेने जर्मनीकरिता अनेक वर्षे गुप्तहेराचे काम केले. मादक नयनबाण, असाधारण सौंदर्य आणि कामबाणांचा वापर करून माताहारीने शत्रूंची गुपिते व महत्त्वाचे दस्तावेज हस्तगत केलेत. पहिल्या महायुद्धातील अनेक घडामोडींना वेडेवाकडे वळण देण्यासाठी माताहारीच कारणीभूत ठरली.

अशा या धूर्त धाडसी गुप्तहेरांच्या जगाचा मागोवा फ्लेमिंगने घेतला. तो स्वत: एक गुप्तहेर होताच, पण अनेक चांगल्या गुप्तहेरांचा तो चांगला मित्र व परिचित होता. दुसरे महायुद्ध संपले होते. याचा अर्थ सत्तासंघर्ष संपला होता असे नाही. युद्धानंतर शांती येते. पण ती सामान्य माणसांकरिता, राजकर्त्यांकरिता नाही. त्यांच्याकरिता जे येते त्याला राजकारण असेच म्हणता येईल. रणभूमीवरचे वार संपले, की शांतीच्या पटावरील चाली आणि काटशह सुरु होतात. दुसऱ्या महायुद्धानंतर ही बाब अधिकच स्पष्टपणे पुढे आली. कारण युद्ध संपले पण शीतयुद्ध सुरू झाले हेच वास्तव होते. सोव्हिएत रशियाचा लोखंडी पडदा अधिकच मजबूत होता. रूमानिया, बल्गेरिया, अल्बानिया, युगोस्लाव्हिया, झेकोस्लोव्हाकीया, हंगेरी व पोलंड यांसारखे देश साम्यवादाच्या रक्तरंजीत रंगाने लालभडक झाले होते. राजकारणाच्या क्षितिजावर सत्तासंतुलनाचा लंबक सतत मागे पुढे झुकत होता. समाजसत्तावादी कम्युनिस्ट राज्यकर्ते आणि त्यांची चपळ पाताळयंत्री व्यवस्था आपल्या उद्योगात सफल होताना दिसत होती. पूर्व युरोप कम्युनिस्टांच्या ताब्यात आला होता. जर्मनीचे विभाजन झाले होते. इतरही अनेक घटनांमुळे साम्यवादाचे वर्चस्व वाढताना दिसत होते. इंग्लंड, अमेरिका आणि फ्रान्ससारखी राष्ट्रे त्या वाढत्या आक्रमणामुळे चिंतित झाली होती. पंचमस्तंभीयांचा वाढता जोर पश्चिमेचा आत्मविश्वास हिरावून घेत होता. साम्यवादी संघटनांची संख्या वाढत होती. भाडोत्री विचारवंत, खरीदले गेलेले संपादक व पत्रकार साम्यवादाचा खरा खोटा प्रचार करीत होते. सत्ताधारी लोकशाही यंत्रणेंवर आरोपांचे आणि संदेहाचे जाळे फेकत होते. याचा प्रभाव ध्येयधोरणांवर तर होतच होता, पण कठोर पावले उचलण्यात राजकर्ते अपयशी ठरत होते. स्वत:च्या कामगिरीबद्दल आणि वागण्याबद्दल

आत्मविश्वासाचा अभाव निर्माण झाला होता. सर्वसामान्य जनता तर देशाच्या मुलभूत धोरणांबाबत आणि निर्णयांबाबत संदेह व्यक्त करू लागली होती. वैचारिकदृष्ट्या पश्चिमेचा पराभव व्हावा यासाठी साम्यवादाने जणू काही अत्यंत प्रभावी आणि कुटिल खेळी यशस्वीपणे खेळलेली होती.

परकीय शत्रूंपासून संरक्षणासाठी विविध प्रकारच्या संरक्षक फळ्यांची राष्ट्राला गरज असते हे कोणालाही मान्य होणारे सत्य आहे. राष्ट्र शत्रूंशी केवळ रणांगणावर लढते हे मानणे बालिशपणाचे आहे. संघर्षाची वेळ आणि काळ सांगून येत नाही. यासाठी सतत जागृत असले पाहिजे असे मानणारा नेतृत्वविचार महत्त्वाचा आहे. त्यासाठी चाणाक्ष, जागृत आणि चौकस गुप्तचर यंत्रणा आवश्यक आहे हे काही वेगळ्याने सांगण्याची गरज नाही.

१९ व्या शतकात युरोपात सातत्याने उलाढाली होतच होत्या. साम्राज्यवादाचा तो विस्तारकाळ होता. फ्रान्स, बेल्जियम, स्पेन, इंग्लंड, पोतुर्गाल, जर्मनी या सर्वांनाच नवे देश जिंकावयाचे होते. राज्यविस्तारात रस होता. परिणामत: या विस्तारवादी धोरणाचा पुरस्कार करणारे धोरण व व्यूहरचना आवश्यक होत्याच. या साहसाच्या रहस्यभेदाच्या आणि गुप्तहेरांचे कारनामे सांगणाऱ्या रोचक कथा व रोमांचक कथानकांचा तो काळ होता. त्यातच १८९८ मध्ये बुनेयर्स बंधुनी रिळाची दोरी ओढली आणि चलचित्रांची नवी दुनिया सुरू झाली. चलचित्रांचा हा काळ केवळ मनोरंचक नव्हता तर, विविधांगीपण होता. सेल्युलाइडच्या पडद्यावर अनेक आकर्षक व अनोखे कारनामे दिसू लागले.

१९३४ मध्ये आल्फ्रेड हिचकॉकचा चित्रपट प्रदर्शित झाला. 'दि मॅन हु न्यु टूमच!' त्या चित्रपटाने एका नवीन युगाचा प्रारंभ झाला. चित्रपटाच्या माध्यमातून रहस्य, रोमांच यांसोबतच प्रत्यक्ष राजकारणात आणि परिसरात घडणाऱ्या घटनांना हिचकॉकने व्यक्त केले होते. त्यातील गुप्तहेराचे साह्य वास्तवाच्या अत्यंत जवळचे होते. चित्रपटाने खळबळ माजली. कारण गुप्तचर हा राजकीय परिस्थितीला कशाप्रकारे बदलू शकतो हे अत्यंत प्रकर्षाने त्यात व्यक्त झाले होते.

जॉन बुकनची '३९ स्टेपस्' ही कादंबरी अत्यंत तडफदारपणे व बारकाईने गुप्तहेराचे कारनामे व्यक्त करणारी होती. त्यावर आधारित हिचकॉकचा दिग्दर्शीय दृष्टिकोन सर्वसमावेशक व सखोल होता. त्याने कादंबरीतील बारकाव्यांना कंगोरेदार केले. चित्रपट अत्यंत वास्तववादी झाला. त्याच पिढीतील हिचकॉकचा 'नटोरियस' आणि 'फॉरेन करस्पाँडट' या चित्रपटांतील गुप्तचरांनी आपला संपूर्ण परिसर व्याप्त केला आहे ही भावना समाजात तीव्र केली. तो काळ युद्धाचा होता. गैरसमजांचा

आणि संदेहाचा होता. परकीयांविषयी अविश्वास हाच संपर्क साधण्याचा आधार होता. नाझी आणि जपानी गुप्तहेर सर्वत्र आहेत. त्यांना पकडणे, शोधून काढणे हे आपले कर्तव्य आहे. असे मानणारा तो काळ होता. परिणामत: समाजातील अस्वस्थता, अस्थिरता व बैचेनीला हिचकॉकच्या चित्रपटाने मोकळी वाट करून दिली.

१९४५ मध्ये हेन्री हायवेचा 'दि हाउस ऑन ९२ स्ट्रीट' हा चित्रपट प्रदर्शित झाला. त्यामध्ये माहितीपट आणि चित्रपट यांचे बेमालूम मिश्रण होते. वास्तव आणि कल्पना यांची ती अप्रतिम सरमिसळ होती. अमेरिकन समाजाला त्यातील गुप्तहेरांचे कारनामे मोठेच रोचक आणि चिंताक्रांत करणारे वाटले. 'दि हाउस' हा खरोखरच विचार करायला लावणारा चित्रपट होता. कारण त्यातील घटना खऱ्या आणि वास्तविक घटनांशी मिळत्या जुळत्या होत्या.

त्याच काळात इंग्लंडमध्ये एक महत्त्वाचे प्रकरण उघडकीस आले. गुप्तहेरांनी देश सोडून प्रयाण करणे नवीन नाही. रहस्यांची विक्री करणे आश्चर्यजनक नाही. अस्तनीतील निखारे होणे नवलाचे नाही. अनेक गुप्तहेर अशा प्रकारे डबल एजंट असतात. आणि आपले रहस्य उघडकीला येणार अशी भीती वाटल्यावर ते दुसऱ्या देशात किंवा ज्या देशाला ती रहस्य विकतात तेथे आश्रयार्थ जातात. परागंदा होतात. इंग्लंडची रहस्ययंत्रणा एमआय६ या नावाने ओळखली जाते. त्यातील कार्यपद्धती आणि यंत्रणा प्रभावी आहेत. त्यामुळे प्रतिपक्षावर मात करणे, आवश्यक गोपनीय माहिती प्राप्त करणे शक्य होते असे मानले जाते. परंतु एमआय६ या अभेद्य किल्ल्याला खिंडार पाडणे शक्य नाही. असा तेथील राज्यकर्त्यांना पण विश्वास होता.

२५ मे १९५१ रोजी मात्र आक्रित झालेच. एमआय६चे दोन गुप्तहेर डोनाल्ड मॅकलीन आणि सॅम बर्जेस यांनी इंग्लंडची साथ सोडली आणि ते अदृश्य झाले. त्यानंतर ते सोविएत गुप्तहेर असल्याचे उघडकीस आले. खरे पाहिले तर डोनाल्ड आणि सॅम हे एमआय६चे विश्वासू कर्मचारी होते. त्यांनी इंग्लंडच्यावतीने अमेरिकेत काम केले होते. इतरही महत्त्वाच्या पदावर व स्थानांवर काम केले होते. केंब्रिज विद्यापीठातील ट्रिनिटी महाविद्यालयात त्यांचे शिक्षण झाले होते. अत्यंत दर्जेदार पार्श्वभूमी, घरंदाज वारसा, परंपरा आणि कौटुंबिक नावलौकिक त्यांना लाभला होता. शाही व उंची राहणीमान, भांडवलवादाच्या पंढरीतील शिक्षण आणि मुबलक पैसा यामुळे अशा गुप्तहेरांना 'केंब्रिज स्पाईज' हे नाव प्राप्त झाले होते. बर्जेस, किंवा मॅकलीन फितुर होतील असे कोणालाच वाटले नव्हते. त्यामुळे

रहस्यभेदांमुळे जे नुकसान झाले, त्याचे काही एमआय६च्या अभेद्येतेवर आणि विश्वासावर संशयाचे वलय निर्माण झाले हे अत्यंत दुर्दैवाचे मानले गेले. पश्चिमेतील राजकीय वर्तुळ आणि भद्रसमाज चिंतित झाला. एमआय६मधील नियुक्ती मुख्यत्वे करून ऑक्सफर्ड, केंब्रिज यासारख्या प्रतिष्ठित आणि जुन्या जाणत्या संस्थांतून होत असे. परिचित, हुषार आणि विश्वासू गुप्तचर प्राप्त करण्याचा, नियुक्त करण्याचा हा सर्वात प्रभावी मार्ग आहे असे मानले जात असे, परंतु या विचाराला काटशह देणारे, हादरे देणारे प्रकरण म्हणून सॅम व मॅकलीनच्या प्रकरणाकडे पाहण्यात येऊ लागले. या प्रकरणाचा फार गवगवा झाला. सिरिल कोनोली या पत्रकाराने व फ्लेमिंगच्या मित्राने या सर्वच प्रकरणाचा खरपूस समाचार घेणारे 'दि मिसिंग डिप्लोमॅट' या नावाचे पुस्तक लिहिले. फ्लेमिंग यांचा पण बर्जेस, आणि मॅकलीन यांच्याशी व्यक्तिगत परिचय होता. कोनोली तर स्वत: फ्लेमिंगचा स्नेही होता.

'ओल्ड बॉय नेटवर्क' या नावाने ओळखल्या जाणाऱ्या केंब्रिज व इतर प्रतिष्ठित संस्थांमधून गुप्तहेरांची भरती कशाप्रकारे अविश्वसनीय व धोकादायक ठरू शकते यावर सिरिलने, जळजळीत टीका करणारे लेख लिहिलेत. फ्लेमिंगच्या मोठ्या बंधूने पिटर फ्लेमिंगनेदेखील या स्वरूपाचा इशारा वीस वर्षांपूर्वीपासून दिला होता. पण इंग्लिश मानसिकतेला धक्का खाल्ल्याशिवाय धडा शिकायचा नाही हीच प्रवृत्ती मान्य होती. फेब्रुवारी १९५० मध्ये युजिनकॉर्प नावाचा गुप्तहेर फरार झाला. कॉर्प हा अमेरिकेचा एक चांगला गुप्तहेर होता. तो रूमानियातील बुखारेस्ट या शहरात अमेरिकन वकिलातीत कामाला होता. वरवर पाहता तो नाविक दलातील अधिकारी होता. परंतु अंतस्थत: तो अमेरिकेच्या गुप्तचर खात्यामधील महत्त्वाचा अधिकारी होता. कॉर्पने पूर्व युरोपातील अमेरिकन व गुप्तचरांचे जाळे आणि त्याची कार्यपद्धती या विषयीची गोपनीय कागदपत्रे संग्रहित केली होती. ही कागदपत्रे म्हणजे अमेरिकेच्या पूर्व युरोपातील कारनाम्यांचा अत्यंत स्फोटक दस्तावेज होता. कॉर्पला आपणास गुप्तहेरीच्या आरोपावरून अटक होईल अशी भिती वाटत होती. आणि म्हणून त्याने फरार होण्याचे ठरविले. तो बुखारेस्टवरून हंगेरीला गेला. बुखारेस्टवरून मग त्याने ओरिएंट एक्सप्रेसने पॅरिसला जाण्याचे ठरविले. त्यावेळी तो फार अशांत आणि अस्वस्थ झाला होता. अमेरिकन्स व रशियन्स दोघेजण आपणास स्वस्थ राहू देणार नाही, ते आपला जीव घेण्याचा प्रयत्न करतीलच या विषयी कॉर्पच्या मनात संदेह नव्हता. रशियनांना कॉर्प जवळची कागदपत्रे हवी होती. तर अमेरिकन एजन्ट्सना, कॉर्पचे जिवंत सापडणे धोकादायक वाटत होते. सोव्हिएत गुप्तहेर यंत्रणा अधिक चपळ आणि धोकेबाज होती. ओरिएंट एक्सप्रेसचा पूर्ण तपास केल्यावरदेखील पोलिसांना कॉर्प सापडला नाही. परंतु त्याच्या

डब्याजवळ बेहोश रेल्वे अधिकारी मात्र सापडला. कॉर्प मात्र दुसऱ्या दिवशी सापडला. साल्झबर्ग स्टेशनच्या बाजूला, रूळाखाली–मृतावस्थेत. सोव्हिएत यंत्रणेने पुन्हा एकदा आपले वर्चस्व निर्विवादपणे सिद्ध केले.

यांसारख्या अनेक घटना ५० ते ६० च्या दशकात घडत होत्या. अण्वस्त्रांचे रहस्य अमेरिकेतून रशियाला चोरट्या मार्गाने हस्तगत करता आले. त्यावेळी संपूर्ण अमेरिका हादरली. रशियन गुप्तहेर नाव, पेशा व्यवसाय बदलून अमेरिकेत काम करीत होते. अमेरिकेतील अनेक प्रतिष्ठित व्यक्ती, व्यावसायिक, नट, वकील, डॉक्टर्स, शास्त्रज्ञ, प्राध्यापक कळत नकळत सोव्हिएत यंत्रणेचे एजंट झाले होते. हा वैचारिक आणि बुद्धी भेदावर आधारित कूटनीतीचा मोठा विजय होता. इआन फ्लेमिंगच्या मनावर या दोन्ही प्रकरणांचा मोठाच परिणाम झाला. कॉर्पचे प्रकरण अत्यंत महत्त्वाचे होते कारण त्यात रशियन हेरांनी अमेरिकन गुप्तचरांचा वापरच केवळ स्वत:करिता केला नव्हता तर त्यासोबत त्याच्याजवळची आवश्यक माहिती काढून त्याची हत्यापण केली होती. दोन्ही पक्षांना कॉर्प हवा होता पण उद्देश मात्र वेगळा होता. अर्थातच रशियन आणि पूर्व युरोपियन गुप्तचर अधिक चलाख व धूर्त सिद्ध झाले. फ्लेमिंगला या प्रकरणातील साद्यंत माहिती मिळाली होती. त्याने त्या सर्व प्रकरणाचा काळजीपूर्वक अभ्यास केला होता.

बर्जेस आणि मॅकलिन प्रकरणाने रशियाचे ते उद्दिष्ट सफल होताना दिसत होते. आपल्या पंचमस्तंभीय कारवायांना आणि डबल एजंट्सला हवा असणारा पैसा शत्रुदेशात अशांतता व अराजक पसरवूनच पुरविण्याचा डाव रशियाने अत्यंत कावेबाजपणे आखला होता.

त्यासाठी कामगार संघटना, संघटित गुन्हेगारांच्या टोळ्या, स्मगलिंग आणि इतर सर्वच कारवायांना उत्तेजन देणे काहीच गैर मानले जात नव्हते. ह्या सर्वच गोष्टींचा फ्लेमिंगवर परिणाम होणे स्वाभाविक होते. त्यातूनच त्याला एका नवीन कथानकाची प्रेरणा मिळाली. 'कॅसिनो रोयाल' या कादंबरीतून रशियन गुप्तहेरांच्या संघटना आपल्या भांडवलदारी देशातील अज्ञात एजन्ट्स आणि फितुर व्यक्तींना कशा प्रकारे पैसा पुरवितात यावर नेमका प्रकाश पाडण्यात आला होता.

'फ्रॉम रशिया विथ लव्ह' ही फ्लेमिंगची कादंबरी केवळ बेस्ट सेलर नव्हती तर तो एक साहित्याचा मापदंड होता. कारण तिचे विवेचन एका अमेरिकन गुप्तहेरासोबत झालेल्या सत्य घटनेवर आधारित होते. आणि स्वत: फ्लेमिंगने तशा प्रकारचा प्रवास करून पाहिला होता. तो इंटरपोलच्या एका परिषदेसाठी इस्तंबुलपर्यंत रेल्वेने प्रवास करून आला होता.

३१ ऑक्टोबर १९५६ मध्ये इंग्लंड, फ्रान्स आणि इस्रायलने इजिप्तवर हल्ला केला. सुएझ कालव्यावरचा ताबा सोडायचा नाही हा इंग्लंडचा निर्धार होता. परंतु हा हल्ला इंग्लंडवर एक मोठे आव्हान आणि संकट ठरले. इंग्लंडला मोठ्या नामुष्कीला तोंड द्यावे लागले. प्रचंड तणाव आंतरराष्ट्रीय दबावामुळे अँथनी इडन हे इंग्लंडचे प्रधानमंत्री हताश व निराश झाले. त्यांना डॉक्टरांनी विश्रांतीचा सल्ला दिला. परिणामत: मनःस्वास्थ्यासाठी ते जमैकाला गेले. आपल्या मित्राबरोबर आराम करण्यासाठी. त्या मित्राचे नाव होते इआन फ्लेमिंग. इआनला या प्रसंगामुळे मोठी प्रसिद्धी मिळाली. एक लेखक तर तो होताच पण त्यासोबतच इडन बरोबरची त्याची मैत्री यामुळे त्याची पुस्तके प्रसिद्धीच्या झोतात आली. फ्लेमिंगचे घर 'गोल्डन आय' जगभर चर्चेत आले.

त्याच दरम्यान फ्लेमिंगचे पुस्तक अमेरिकेत लोकप्रिय झाले होते. एक तरूण सिनेटर अमेरिकेत लोकप्रिय होता. त्याला रहस्यकथा वाचनाचे वेड होते. त्या सिनेटरच्या एका मैत्रिणीने त्याला सहज चाळायला व वेळ घालवायला एक पुस्तक दिले. 'फ्रॉम रशिया वुईथ लव्ह' सिनेटर होता. जॉन एफ. केनेडी. ते पुस्तक वाचताना तो पूर्णत: रममाण झाला आणि त्याला ते फारच आवडले. १९६० मध्ये फ्लेमिंग अमेरिकेत आला त्यावेळी त्याचा परिचय केनेडीशी झाला. केनेडी त्यावेळी अमेरिकन राष्ट्राध्यक्षपदाची निवडणूक लढवत होते. त्यांनी जाहीरपणे 'फ्रॉम रशिया' आपल्याला आवडल्याचे सांगितले. फ्लेमिंगची शैली, भाषा आणि चटकदार मांडणी याचे आपण दिवाने आहोत हे त्यांनी जाहिरपणे सांगितले. फ्लेमिंगला एक प्रभावी चाहता मिळाला आणि त्याचे नाव साऱ्या अमेरिकेत झाले. येथूनच महान बाँडचा जन्म झाला. पंचमस्तंभीयांची कारस्थाने उघडकीस आणणारा, देशासाठी लढवणारा, प्रभावी चतुर आणि अत्यंत धूर्त गुप्तहेर ह्याप्रकारे लोकप्रिय झाला.

४

फॉर युअर आइज ओन्ली

बाँडची निर्मिती हा एक अनोखा योगायोग होता. जागतिक रंगमंचावरील विविध नाट्यमय घडामोडी, फ्लेमिंगचे स्वत:चे गुप्तहेराच्या कारकिर्दीचे अनुभव त्याचे सहकारी व मित्र यांच्या करामती आणि जागतिक राजकारणातील बहुपदरी राजकीय रागरंग यांचा प्रभाव त्याच्या विचारांवर व लिखाणावर झाला होता. रहस्यरंजन करणाऱ्या कादंबऱ्या आपण लिहाव्यात असे त्याला प्रकर्षाने वाटत होते. पण त्याच्या मनात असणारा नायक आणि परिसरातील वातावरण यांचा ताळमेळ जुळत नव्हता. फ्लेमिंगच्या बाँड पूर्वीचे नायक सभ्य होते, घरंदाज होते आणि साहसाकरिता हा पेशा निवडणारे होते. परंतु बाँड हा पुढच्या पिढीचा, नव्या जगाचा नायक होता. म्हणूनच तो जगावेगळा होता.

बाँड हा एक नवा नायक होता. जेम्स हा वेगळ्या प्रकारचा नायक होता. तो आधुनिक जगाचा प्रतिनिधी होता. एडवर्डियन आणि जॉर्जियन जगाचा तो प्रतिनिधी नव्हता. त्यांच्या काळाच्या तो बराच पुढे होता. व्हिक्टोरियन काळातील मूल्ये युद्धाच्या तोफगोळ्यांनी उद्ध्वस्त केली होती. नितिमत्तेच्या आणि परंपरेच्या मान्यता पण संपुष्टात आल्या होत्या. तो युद्धोत्तर काळातील नायक आहे. तो विविध परिस्थितींमध्ये, वेगवेगळ्या परिस्थितींमध्ये वावरतो परंतु स्वत:च्या अस्तित्वासाठी सर्व प्रकारच्या संकटावर मात करण्यासाठी सज्ज असतो. ध्येयापासून विचलित न होणारा व त्यासाठी कोणताही त्याग करणारा तो कार्यतत्पर नायक आहे. शत्रू हा अवध्य नाही, त्यासाठी मंत्र, तंत्र व शस्त्राचा विधिनिषेध बाळगण्याची गरज नाही असे तो नम्रपणे मानतो.

बाँडचे व्यक्तिमत्त्व त्याच्या चाहत्यांनी त्याच्यावर प्रेम करावे असे नाही. तो सामान्य वाटावा असे त्याच्या निर्मात्याला वाटत नव्हते. तो वेगळा होता, वेगळा असावा व वेगळा भासावा यासाठीच फ्लेमिंगचा प्रयत्न होता. आपला नायक व्यक्तिमत्त्वाने लोभस असावा असे त्याला वाटत नव्हते. कारण तो गुप्तहेर होता. निर्दय, कठोर, धूर्त आणि सातत्याने आपल्या ध्येयावर लक्ष ठेवणारा आहे.

बाँड हा आवडता नायक व्हावा, तो लोकप्रिय व्हावा यासाठी त्याच्या चारित्र्याला उदात्ततेची, पावित्र्याची आणि श्रेष्ठ नीतिमूल्यांची झालर फ्लेमिंग यांनी लावलेली नाही. कारण तसे करणे गैर झाले असते. जे काही वाईट आहे, त्याचा विनाश करण्यासाठी बाँड आहे. 'चोरांची पावले चोरांनाच कळतात' या न्यायाने तो वावरतो. 'शठम् प्रति शाठ्यम्' हा त्याचा आधार आहे. परिणामतः तो कठोर आणि चलाख आहे. धूर्त आणि निष्ठुर आहे. चपळ आणि चतुर आहे. तो सतत शत्रुपक्षावर मात करण्यासाठी नवीन युक्त्या आणि क्लृप्त्या शोधणारा, प्रसंगावधान असणारा साहसी जाँबाज नायक आहे. तो सद्गुणांचा पुतळा नाही. परंतु प्रसंगानुरूप वागणारा व्यवहारचतुर आहे. पुरूषोत्तम होण्यापेक्षा उत्तमपुरुष होणेच त्याला मान्य आहे.

जेम्स हा सुसंस्कृत आहे. वैचारिकदृष्ट्या अत्यंत संपन्न आहे. त्याला चांगल्या खानदानाची पाश्वभूमी आहे. पूर्वी आपल्या नावापुढे कमांडर हे पदनाम लावणारा जेम्स आता ००७ झाला आहे. तो दुसऱ्या महायुद्धापूर्वीपासून ब्रिटिश नाविक दलात कार्य करीत आहे. आता त्याला ००७ हा दर्जा लाभला आहे. केवळ जेम्सपूर्वी तीन वरिष्ठ अधिकाऱ्यांना हा अतिविशिष्ट दर्जा आणि अधिकार प्राप्त झाला आहे. ००७ म्हणजे 'लायसन्स टू किल'. कोणालाही सहजपणे मारण्याचा परवाना.

युद्धकाळातील त्याच्या कामगिरीबाबत आपणास फारशी माहिती नाही. कदाचित काही अत्यंत गोपनीय आणि महत्त्वाच्या मोहिमांवरच त्याची नियुक्ती झाली असावी. तो महाराणीच्या सेवेतील आणि ब्रिटिश साम्राज्याच्या गुप्तहेरखात्यातील अत्यंत महत्त्वाचा मुलाजीम आहे. तो गुप्तहेरखात्याचा वरिष्ठ अधिकारी आहे. संकटं आणि आव्हानात्मक परिस्थितीच्या अवघड काळात तो आपल्या बाजूने कार्य करतो याचा विशेष अभिमान बाळगावा, असा तो धुरंधर शिलेदार आहे.

कारकिर्दीच्या प्रारंभीच्या काळात तो नाविक दलात होता. युद्धकाळात देखील तो नाविक दलातील अधिकारी होता. परंतु त्यानंतर त्याचे अंगभूत कौशल्य, चपळाई, धूर्तपणा व साहसी वृत्तीमुळे तो या ब्रिटिश गुप्तचर खात्यात सामील झाला. थंडरबॉलमध्ये त्याचे वर्णन एका खऱ्या गुप्तचराच्या वर्णनाशी जुळणारे आहे. त्याची कठोर व भेदक

नजर, निळ्या डोळ्यांतील चमक आणि धारदारपणा दुसऱ्याच्या मनाचा थांग घेणारा आहे. त्याचे आकर्षक आणि प्रभावी व्यक्तिमत्त्व मोहित करणारे आहे परंतु त्यातील तीक्ष्णपणा, कठोरपणा त्या मोहक चेहऱ्यात दडणारा नाही. काळ्या सिल्कचा विणलेला टाय त्या तिशीतील गौरवर्णीय तरुणाला अधिकच आकर्षक रूप देणारा आहे. तो जेम्स बाँड आहे.

तो युनिवर्सल एक्स्पोर्ट्स या कंपनीत काम करतो. परंतु तेथील कागद चिवडत नाही. इंटर ऑफिस मेसेज वाचणे, सूचना आणि परिपत्रके यांचे गंभीर वाचन करीत आणि फाइलींच्या जंगलात हरवून जाणे बाँडला मान्य नाही. ते काम जवाँमर्द बाँडचे नाही, तो बुढाऊ आणि थकलेल्या गुप्तहेरमंडळाचा सदस्य नाही. तो थरार, धाडस आणि आव्हानांच्या शोधात फिरणारा साहसी नौजवान आहे. कागदी घोडे नाचविणाऱ्या कारकुनीवृत्तीचा तो विरोधक आहे. बेदरकार, धोकेदायक आणि आव्हानांनी परिपूर्ण जीवनात तो रममाण होतो. 'एम' ला त्याची आठवण येते. पण केवळ संकटाच्या समयी, मग एमच्या चेंबरमध्ये तो आला की, लाल दिवा लागतो आणि खलबतांना, नवीन आव्हानांना व कारनाम्यांना प्रारंभ होतो.

तुफान वेगाने कार पळविणे आणि समोरच्या मोटारवाहकाला मागे टाकणे हा त्याचा आवडता छंद आहे. आपल्या पुढे मोटार नेणाऱ्या व्यक्तीबद्दल त्याला मनस्वी चीड आहे. कटस् आणि ओव्हरटेक करण्यात, सफाईदार वळणे घेण्यात तो अत्यंत तरबेज आहे. मोटारवरील त्याची पकड अत्यंत मजबूत आहे. लहान पोराने ज्या सहजतेने एखाद्या बाहुलीशी खेळावे तसा तो मोटारकारच्या स्टिअरिंगबरोबर खेळतो. पाठलाग करताना तो अत्यंत धूर्तपणे मागोवा घेतो. आणि आपल्या सावजावरचे लक्ष विचलित होऊ देत नाही. परंतु त्याचा जर कोणी पाठलाग केला तर त्याला झुकांडी देण्यात त्याला सहसा अपयश येत नाही. कारचा वापर तो अत्यंत कौशल्याने करतो. खरोखरच तो असामान्य आहे.

जन्माने बाँड स्कॉटिश वंशाचा आहे. त्याचे वडील स्कॉट होते. आई मात्र स्विस होती. खुद्द फ्लेमिंग यांनी जॉन क्रसमॉव्ह यांना दिलेल्या मुलाखतीत असे वर्णन केले आहे. ही मुलाखत डेली एक्स्प्रेसच्या २ जानेवारी १९६४ च्या अंकात प्रकाशित झाली आहे. बाँडचा जन्म ग्लेंको (स्कॉटलंड) येथे झाला आहे. एका मध्यमवर्गीय कुटुंबात त्याचा जन्म झाला असला तरी त्याचे शालेय शिक्षण मात्र चांगल्या पब्लिक स्कूलमध्ये झाले आहे. तो इटनमध्ये शिकला आहे. केंब्रिज विद्यापीठाचा तो पदवीधर आहे. उच्चविद्याविभूषित चलाख, प्रचलित जग आणि परिसरातील घडामोडींविषयी

अद्ययावत माहिती ठेवणारा, तो एखाद्या निष्णात गुन्हेगारा सारखा चलाख व धूर्त आहे.

तो चेल्सीमधील एका अत्यंत श्रीमंत लोकांच्या वस्तीत राहतो. किंग्ज् रोडवर त्याचा एक छोटासा फ्लॅट आहे. परंतु त्याची नेमकी जागा व इमारतीचे नाव फारसे कोणाला ज्ञात नाही. त्या भागातील सर्वच इमारती अत्यंत अलिशान आहेत. तो संपूर्ण भाग विलक्षण देखणा व मनोरम आहे. परंतु त्या श्रीमंत वस्तीला दिखाऊपणाचे वावडे आहे. तेथील एकांत, मनस्वीपणा आणि इतरांमध्ये फरसे न मिसळण्याची वृत्ती ह्या सर्वच गोष्टी बाँडच्या पथ्यावर पडणाऱ्या आहेत.

तो आपल्या फ्लॅटमध्ये एकटाच राहतो. 'मे' नावाची स्त्री त्याच्या घराचा सांभाळ करते. 'विन्स्टन चर्चिल' शिवाय केवळ बाँडचाच ती सर असा उल्लेख करते. तिच्या मनात बाँडविषयी नितांत आदर आहे. आपला साहेब काहीतरी धाडसी कामगिरी करतो, तो साहसी आणि जगावेगळ्या कामामध्ये गुंतलेला असतो याची तिला पुसटशी कल्पना आहे. परंतु जेम्सचा व्यवसाय आणि कार्य याबद्दल तिला फारशी माहिती नाही.

जुगार खेळणे, विशेषत: पत्ते आणि पोकरचा जुगार हा बाँडचा विशेष आवडीचा जुगार आहे. तो पोकरच्या खेळात अत्यंत तरबेज आहे. तो जुगाराच्या टेबलावर जोखीम घेतो, पण क्वचितच पराभूत होतो. शत्रूच्या, प्रतिस्पर्ध्याच्या आणि विरोधकाच्या मनाचा अचूक थांग घेण्यासाठी त्याला हा जुगाराचा खेळ अत्यंत उपयोगाचा वाटतो. त्याचे वर्णन करताना फ्लेमिंग यांनी त्याचे जुगारप्रेम आणि जोखीम घेण्याची वृत्ती यांना महत्त्व दिले आहे.

बाँड हा मद्यप्रेमी आहे. बाँडचे मद्यप्रेम हे एखाद्या अत्यंत श्रेष्ठ दर्जाच्या रसिकासारखे आहे. त्याला विविध प्रकारच्या मद्यांची, उंची व श्रेष्ठ दर्जाच्या पेयांची विशेष जाण आहे. तो केवळ झिंगण्यासाठी पीत नाही. तो मद्य घेतो पण मदिरेच्या आहारी जात नाही. त्याचे आवडते मद्य म्हणजे मार्टिनी. अर्थात त्याचे पण वर्णन अगदी एकाच शब्दात म्हणजे 'शेकन नॉट स्टरड.' मुन–रेकरमधील त्याचा आणि एमचा संवाद लक्षात घेण्यासारखा आहे. एम. शॅम्पेनची तारीफ करतो. परंतु आपल्या प्रकृतीसाठी शॅम्पेन योग्य नाही हे मान्य करतो. बाँड त्याला क्लॅरेट घ्यावी असे सुचवितो. तेथील प्रमुख शेफ 'डॉन पेरीनन ४६' घ्यावी असे सुचवितो. न्यूयॉर्क रिजन्सी क्लबमधील ते सर्वोत्कृष्ट मद्य आहे असे तो कौतुकाने सांगतो. बाँड व्होडका घेताना त्यात थोडे काळे मिरे पण टाकतो. व्होडकासारख्या मद्याची चव वाढविण्यासाठी

अस्सल रशियन पद्धतीने तो व्होडकाची तयारी करतो. चांगल्या मद्याचा आस्वाद घेण्याची वृत्ती हवी. केवळ चांगले मद्य असणे पुरेसे नाही, तेवढ्याच चवीने त्याचा आस्वादपण घेतो.

बाँडला मित्र नाहीत. तो एकांडा आहे. पण याचा अर्थ तो मनमिळाऊ नाही, माणूसघाणा आहे असे मात्र नाही. त्याच्या पेशाच्या मर्यादामुळे त्याला सर्वांसोबत आनंदाने मैत्रीच्या चार घटका शिळोप्याच्या गप्पा करता येत नाहीत. परंतु त्याचा स्वभाव विलक्षण लाघवी आहे. तो सहजपणे दुसऱ्यावर आपल्या व्यक्तिमत्त्वाची छाप पाडतो. त्याच्या वागण्याबोलण्यात उमदेपणा आहे. घरंदाज आणि संपन्न व्यक्तीच्या दिलदार स्वभावाचा तो खरा परिचय आहे. त्याचे वागणे समोरच्या व्यक्तीला प्रसन्न करणारे आहे. मार्दव, समाजातील प्रचलित नीतिनियम, व रीतीरिवाज याचा पूर्ण आदर करणारे त्याचे वागणे खरोखरच कौतुकास्पद आहे. त्याच्या व्यक्तिमत्त्वाची छाप तो जेथे जातो तेथे सहजपणे पडते. आपल्या ऐटबाज चालण्याबोलण्याने तो मैफिलीतील सर्वांवर छाप पाडतो.

जेम्स एका विशिष्ट आणि महत्त्वाच्या पदावर कार्य करणारा गुप्तहेर आहे. तो एका बलाढ्य देशाच्या गुप्तचरसेवेतील अतिविशिष्ट अधिकारी आहे. त्याला त्याच्या पदाची, कामगिरीची आणि दायित्वाची पूर्ण जाणीव आहे. त्याच्या बाह्यरूपावर आणि वरवर पाहता स्वच्छंद वृत्तीवर आधारित त्याच्या कामाचे आणि कार्यपद्धतीचे मूल्यमापन करणे पूर्णत: गैर होईल. अत्यंत प्रतिकूल आणि खडतर परिस्थितीत शत्रूवर मात करण्याची वृत्ती आणि जिद्द असणारा, तो धाडसी वीर आहे. आपले ध्येय, ठरवून दिलेले उद्दिष्ट यांपासून त्याची नजर जरादेखील विचलित होत नाही. तो कामगिरीवर असताना कोणतीही घिसाडघाई करीत नाही, कोणतीही चूक किंवा गफलत करीत नाही. संपूर्ण जागरूकता, कार्यदक्षवृत्ती आणि तत्परता यांमध्ये तडजोड तो करीत नाही. राष्ट्रहित आणि राष्ट्रप्रेम यांबाबत तो अत्यंत जागरूक आहे. तो आपले कार्य करीत असताना कोणत्याही मोहात पडत नाही. शत्रूच्या प्रलोभनांना बळी पडत नाही. नाजूक, दिलखेचक ललनांच्या मादक नेत्रकटाक्षांना तो शरण जात नाही. आपल्या उद्दिष्टांवरील नजर हटू न देता तो आपले कार्य करीत असतो. त्याचे काम म्हणजे हॉस्पिटलमधील रिसेप्शनिस्ट किंवा विमानातील हवाईसुंदरी सारखे नाही. केवळ रम्य आणि प्रसन्न चेहरा किंवा 'दिल बाग बाग' करणारे मधुरहास्य करणारा उमदा चेहरा दाखविणे हे त्याचे काम नाही. अशक्य आणि कठोर कामगिरीवर त्याला जायचे आहे. जीव घेणारी जोखीम, आणि सर्व शत्रूंच्या भेदक नजरेचा पहारा आहे. अचाट

शक्ती, सामर्थ्य आणि संघटन असणारा विरोधी पक्ष आपला चित्रपट केव्हाही संपुष्टात आणू शकेल याची त्याला पूर्ण जाणीव आहे. एखादी व थोडीसुद्धा चूक म्हणजे आत्मनाश हे त्याला केवळ कळतच नाही तर पूर्णपणे वळते. आपण परत न येण्याच्या प्रवासाला आणि मृत्यूच्या दाढेतच जात आहोत यांची त्याला पूर्ण कल्पना आहे. नशीब केव्हापण दगा देईल, विचारदेखील करण्याची संधी मिळणार नाही आणि जीवनक्रम संपेल. अनन्वित छळ, यातना आणि त्रास यांपासून आपली सुटका होणार नाही, कोणतेही संरक्षण नाही, यशाची हमी नाही. अपयशाच्या हातातहात घालूनच कामगिरीवर जायचे आहे याबद्दल त्याला खात्री आहे. संकटाशी सामना जितक्या सहजपणे आपण सिगरेट पितो त्या सहजपणे करावयाचा आहे हे समजूनच तो प्रत्येक नवीन कामगिरीवर जातो.

बाँड हा व्यावसायिक खुनी आहे. त्याला दया, माया, नीतिमत्ता आणि सद्‌गुणांच्या विविध छटांचा फारसा स्पर्श झालेला नाही. माणुसकी, क्षमा, इतरांप्रति मानवीय दृष्टीकोन ह्या गोष्टींचे त्याच्या पेशाला वावडे आहे. ते तसेच असले पाहिजे. समोरच्या माणसाने आपल्यावर नेम धरला आहे. पण आपण त्याला टाइम प्लीज म्हणावे. जरा बाथरूमला जाऊन येतो मग गोळी मार असे त्याला सांगावे आणि त्याने आपली अडचण लक्षात घेऊन विनंती मान्य करावी हे त्याच्या पेशात न बसणारे तत्त्व आहे. श्र्ळींश रपव श्रशीं वळश ! हेच त्याच्या पेशात टिकून राहण्याचे सूत्र आहे. एखादा सैनिक रणांगणावर आपल्या विरोधी शत्रुपक्षातील सैन्याला मारताना जो त्वेष, जी तडफ दाखवितो ती बाँड दाखवितो. त्याच्या मनात रणांगणावरील सैनिक आहे. तो खिलाडू वृत्ती, क्षमा व इतर मानवीय भावनाच्या आहारी जात नाही. तो आपल्या शत्रूंना केवळ शत्रू आहेत म्हणून मारतो. ठार मारतो. त्यांची तारीफ करणे, त्यांचा मरणोपरान्त गौरव करणे किंवा द्वेष करणे यांपैकी कोणतीही भावना त्यावेळी त्याच्या मनात नसते. शत्रूचा शेवट शत्रूसारखाच व्हावा एवढाच विचार तो करतो. तो राणीच्या हितासाठी, राष्ट्राच्या रक्षणासाठी, आणि अस्सल देशप्रेमापोटीच आपले कार्य करतो. त्याच्या मनात बालिश भावना, शालेय मुलांची कुतूहलांची किंवा वैचारिक द्वंदाची अवस्था नाही कोणत्याही लोकभावना आणि इतरांच्या अपेक्षा यांचा विचार न करता तो आपले कार्य करतो. तो कर्तव्याच्या बाबतीत पूर्णत: भावनाशून्य आणि तत्पर व जागरूक व्यक्ती आहे.

तो संघर्षाच्या आणि द्वंद्वाच्या सर्व तंत्रांचा वापर करतो. संरक्षण आणि आत्मरक्षणाची सर्व तंत्रे त्याला येतात. वेळ पडल्यास तो हातांनी लढतो. आणि संधी

मिळाली तर तलवार, पिस्तुल किंवा इतर कोणतेही शस्त्र वापरण्यास मागे पुढे पहात नाही. तो थंड रक्ताने वार करतो आणि ठार करतो. संतापाच्या भरात आणि भावनाप्रधान होऊन हल्ला करीत नाही. तो व्यक्तिगत स्वार्थासाठी लढत नाही. हत्या करीत नाही. तो पैशाकरिता वा इतर कोणत्याही व्यक्तिगत लाभासाठी हल्ला करणारा, इतरांना ठार मारणारा रस्त्यावरील गुंड किंवा टोळीबाज डाकू नाही. तो आनंद मिळविण्यासाठी किंवा इतरांना छळण्यासाठी हल्ला करीत नाही, ठार मारीत नाही. त्याला हत्येचे व्यसन नाही. त्याला इतरांना ठार करताना दु:ख किंवा आनंद या भावनांचा स्पर्श होत नाही. केवळ कर्तव्यापोटी, आणि पेशाचा भाग म्हणून तो आपल्या शत्रूंना ठार करीत असतो. आपण पूर्वी न पाहिलेल्या व्यक्ती, परिचित व्यक्ती, साथीदार किंवा शत्रू पक्षाचे प्रमुख अधिकारी, स्त्रिया याप्रकारे तो वर्गीकरण करीत नाही. त्याच्या लेखी शत्रू या शब्दाची एकच व्याख्या आहे आणि एकच शिक्षा आहे. कारण या धंद्यात माफी हा शब्द दोनदा उच्चारावयाची आणि एकदा करण्याचीपण बंदी आहे.

रिवॉल्व्हर, पिस्तुल आणि इतर हत्यारे वापरणे बाँडला आवडते. परंतु त्याचे रिवॉल्व्हरवर विशेष प्रेम आहे. युनिवर्राल एक्सपोर्टच्या तळघरात तो विविध प्रकारच्या पिस्तुलांवर आणि बंदुकीवर सराव करतो. परंतु रायफलचा देखील त्याचा अभ्यास चांगलाच आहे. त्याला पिस्तुलजवळ बाळगण्याची एवढी सवय आहे की त्याला पिस्तुलशिवाय पेहराव करणे म्हणजे अर्धनग्न असल्याची भावना होत असावी.

बाँड हा भाषापंडित नाही, परंतु त्याला विविध युरोपियन भाषांचा चांगला परिचय आहे. अनेक युरोपियन भाषा तो अस्खलितपणे बोलू शकतो, सफाईदारपणे त्यातून संवाद साधू शकतो. स्थानिक लोकांना समजेल एवढ्या तयारीने, तो त्यांच्या भाषेत व बोलीत आपली मते मांडू शकतो. फ्रेंच, स्पॅनिश, जर्मन व रशियन भाषांवर त्याचे इंग्रजी इतकेच प्रभुत्व आहे. परिणामत: पाचही खंडांत तो लीलया प्रवास करू शकतो.

शत्रूने केलेले वर्णन आणि विरोधकाने लिहिलेले चरित्र हे खचितच अधिक विश्वासार्ह आणि अधिकृत असते, कारण त्यात चुकांचा गौरवाने उल्लेख केलेला असतो, न्यूनस्थळाचे बारकाईने वर्णन केलेले असते आणि शक्तिस्थळे व मर्मस्थळांचे काळजीपूर्वक विवेचन केलेले असते. बाँडचे नेमके, स्पष्ट आणि ठळक वर्णन जर कोणी केले असेल तर ते स्मर्श या इंग्लंड व इतर भांडवलवादी देशांविरूद्ध कार्य करणाऱ्या, रशिया व इतर कम्युनिस्ट देशांच्या गुप्त टोळीने केलेले वर्णन लक्षात घेतले पाहिजे.

स्मर्शने सर ह्युगो ड्रॅक्स ह्या आपल्या इंग्लंडमधील गुप्त प्रतिनिधीला पाठवलेली बाँडविषयीची गोपनीय माहिती पुढीलप्रमाणे आहे.

जेम्स बाँड जेम्स हे प्रथम नाव, उंची १८३ सें.मी. वजन ७६ किलो. दणकट, काटक आणि सडपातळ. डोळ्यांचा रंग निळा, केस काळेभोर, उजव्या गालावर एक जखमेचा व्रण, डाव्या खांद्यावर प्लॅस्टीक सर्जरीच्या खुणा. एक उत्कृष्ट खेळाडू आणि अष्टपैलू ॲथलेट, पिस्तूल चालविण्यात निष्णात व तरबेज. चाकू व सुरीचा चपळाईने वापर करण्यात अत्यंत श्रेष्ठ दर्जा. कोणत्याही प्रकारच्या मुखवटे वापरण्याची किंवा वेषांतर करण्याची नावड. तो तीन गोल्ड बँड असणाऱ्या सिगरेट्सचा वापर करतो. तीव्र धूम्रपानाची अत्यंत आवड. मद्य प्राशनाची गोडी परंतु मद्याच्या आहारी मात्र जात नाही. कधीही लाच घेत नाही. स्त्रियांच्या बाबत शौकीन पण लांगुलचालन करीत नाही. तो स्त्रीलंपट नाही. तो केवळ धोकेबाज आहे. फार धोकेबाज, खुनी गुप्तहेर! तो जेम्स बाँड आहे. विसरू नका!

५

लायसन्स
टू
किल

विजयी पुरुषाची खरी ओळख कशाने होते? त्याच्या पुरुषार्थाने, त्याच्या पराक्रमाने की त्याच्या अजेय वृत्तीने? खरे तर त्याची ओळख पटते तो कोणत्या प्रकारच्या शत्रूंशी लढतो यावरून. खरा नायक कोणत्या खलनायकाशी सामना करतो, आणि त्याचा पराभव कशा प्रकारे करतो यामुळे लक्षात राहतो. रावणामुळे राम लक्षात राहतो. कंसामुळे कृष्ण आणि जरासंधामुळे भीम. अफजलखान आणि शाहिस्तेखानाच्या पराभवातून शिवाजीमहाराजांचा तेजस्वी विजय दिसून येतो. बाँडची ओळख पटते तीदेखील तो ज्या सामर्थ्यासाठी क्रूर आणि विक्षिप्तपण अचाट शक्तिशाली शत्रूंचा, खलनायकांचा सामना करतो त्यावरून. त्याचा प्रत्येक शत्रू हा अत्यंत पराक्रमी आहे. तो कोणत्याही प्रकारच्या माध्यमांवर राज्य करू शकतो. विविध देशांतील राजकीय नेते, वृत्तपत्रकार, जनरल्स राजकारणी व उद्योगपती यांच्यावर त्याची हुकूमत आहे. अनेक उद्योगसमूह, प्रसारमाध्यमे, दळणवळणाची साधने या सर्वांवर त्याचे वर्चस्व आहे. अशा शत्रूंचा वावर केवळ उघडपणेच नाही तर कळत नकळत आणि छुप्या मार्गानेपण होतो. तो पंचमस्तंभीयांना पैसे पुरवितो. त्यांची कृती व वृत्ती आपल्याला धार्जिणी व्हावी यासाठी चतुराईने डावपेचांची आखणी करतो. तो स्वत: पुढे येत नाही. आपला चेहरा दाखवित नाही आणि केलेल्या गुन्ह्यांची, घातपातांची चर्चा करीत नाही, त्याचे श्रेय घेत नाही. गोपनीयता, आणि छुप्या हालचाली हेच त्याचे खरे सामर्थ्य आहे. तो अव्यक्त आणि अप्रकट स्वरूपात आक्रमण करतो. एखाद्या राष्ट्रप्रमुखाचे

लफडे कोणत्या चवचाल नखरेल नटव्या स्त्रीसोबत आहे याची कागदपत्रे तो सहजपणे वृत्तपत्रांना पुरवितो. प्रसारमाध्यमांना चविष्ट आणि सनसनीखेज बातम्यांचा रतीब पुरवितो. त्याद्वारे देशात संदेह, असंतोष आणि संभ्रमाचे वातावरण निर्माण करतो. मग गोंधळ, गडबड, अंदाधुंदी याचे साम्राज्य निर्माण झाले की त्याचा कार्यभाग साधतो.

स्मर्श आणि स्पेक्ट्रे यांसारख्या संघटना अस्तित्वात आहेत. समाजसत्तावादी कम्युनिस्टांचे विविध गट अनेक प्रकारे त्यांना पैसा पुरवितात हे मोसाद या इस्रायली गुप्तचर संघटनेने प्रथम उघडकीला आणले. लोकशाही देशात कामगार संघटनांना (विशेषत: कम्युनिस्टप्रणीत कामगार संघांनी) संप घडवून आणण्यासाठी पैसा पुरविणे, त्या आंदोलनाची तीव्रता वाढावी यासाठी बातम्या, आणि इतर साधने पुरविण्यावर ते भर देतात. विरोधी व लोकप्रिय नेत्यांच्या हत्या घडवून आणणे, समाजात विशिष्ट विचारसरणीच्या नेत्यांचे चारित्र्यहनन करणे, त्यांना धमकाविणे व त्या माध्यमातून संभ्रमाचे वातावरण निर्माण करणे हे या संघटनांचे एक महत्त्वाचे कार्य आहे. भारतातील वृत्तपत्रांनी ठराविक प्रकारच्या बातम्या छापाव्यात यासाठी रशियाद्वारे वित्तपुरवठा होत असे. केजीबीचे धोरण भारतात राबविण्यासाठी वित्तपुरवठा होत असे हे आता केबीजी आर्काइव्हच्या कागदपत्रांनी सिद्ध केले आहे. एका रशियन गुप्तचराने इतक्यातच प्रकाशित केलेल्या पुस्तकात केजीबीचा भारतातील कम्युनिस्ट पक्षावर आणि राजकारणावर किती प्रभाव आहे हे स्पष्ट केले आहे. येथील राजकीय व सामाजिक वातावरणावर एका विशिष्ट डाव्या विचारसरणीचा कसा व किती प्रभाव आहे याचे हे विदारक सत्य अनेक वर्षांनी बाहेर पडले.

स्पेक्ट्रे किंवा स्मर्श यांच्या कारवाया किती विविधप्रकारे होत असतात याचा सामान्य माणसाला अंदाज नाही. कारण त्याचे कार्यक्षेत्र व परीघ फारच मोठे आणि व्यापक आहे. त्यामध्ये समाविष्ट होणाऱ्या अनेक गोष्टी आपल्या आकलनाच्या बाहेर असतात. अनेक मोठे उद्योगपती आणि व्यावसायिक त्यांच्या इशाऱ्यावर कार्य करतात. ह्या संघटनांची कार्यशैली व प्रभाव अत्यंत घातक आहे. त्या आपल्या 'पे रोलवर' अनेक राजकर्ते, हुकूमशहा आणि कामगार नेते ठेवतात. त्यांना आपणास योग्य वाटणारे धोरण राबविण्यासाठी भाग पाडतात. आणि अखेर त्यामध्ये ते यशस्वी होतात. गुप्तचर संघटनांचे कार्य कसे असावे याचा आदर्श नमुना म्हणजे स्मर्श आहे. बोलव्हिया, निकारागुआ, आणि होंडुरास यांसारख्या दक्षिण अमेरिकन देशातील क्रांती व राजसत्तांमधील परिवर्तन यामागे असणारा रशियन लाल हात जरी छुपा असला तरी लपलेला नाही. व्हिएतनाम, कोरिया आणि कंबोडियामध्ये रशिया व चीनी कम्युनिस्टांनी विविध माध्यमांचा वापर करून केवळ हस्तक्षेपच नाही केला तर

लष्करी कारवायांमध्ये सहभाग घेतला होता. हंगेरी, रुमानिया, झेकोस्लोव्हाकिया येथील समाजवादी क्रांती नावाचा 'फार्स' रशियाच्याच आशीर्वादाने झाला. या सर्वच घटनांमध्ये खरोखर जर कोणाचा विजय झाला असेल तर तो केजीबी आणि स्मर्शचा.

गुप्तचर संघटनांच्या ताकदीचा आणि अचाट सामर्थ्याचा प्रत्यय सामान्य माणसाला यावा, त्याने याबाबत जागरूक व्हावे तसेच युरोप व अमेरिकेमधील लाल सावट किती विविध प्रकारे आक्रमण करीत आहे याचे नेमके आकलन व्हावे हा फ्लेमिंगच्या लिखाणाचा अंतःस्थ हेतू आहे. आणि म्हणूनच फ्लेमिंगने विविध खलनायकांची निर्मिती केली आहे. त्याचे खलनायक आणि त्यांची कार्यपद्धती अत्यंत विस्मयजनक व भयकारक आहे. त्यातून निर्माण होणारा विलक्षण दबदबा, आणि दहशत यामुळे या संघटना व त्यांच्या खलनायकांची ताकद याचा अंदाज येतो. एक जागृतीची व चिंतेची भावना निर्माण होते.

फ्लेमिंगने बाँडच्या कादंबऱ्यांतील खलनायकांची विविध रूपे चितारली. त्या सर्व खलनायकांचे तीन प्रकारांत वर्गीकरण करता येईल.

१) रशियन व चिनी कम्युनिस्टांद्वारे पाश्चिमात्य देशात विविध खतरनाक कारवाया करणारे रशियन एजंट किंवा स्पेक्ट्रे एजंट.

२) स्मर्श या नावाची भांडवलवादी देशात गोधळ घालणारी विविध प्रकारच्या घातपाताच्या व दहशतवादी कारवाया करणारी विलक्षण शक्तिशाली संघटना.

३) आपल्या संपत्ती, पैसा व प्रचंड औद्योगिक किंवा वित्तीय साम्राज्याचा गर्व असणारे व अहंमन्य उद्योगपती किंवा धनदांडगे.

परंतु काळाबरोबरच बाँडच्या कादंबऱ्यांतील खलनायक आणि शत्रुपक्षांची रूपे बदलत गेलीत आणि विविध नवीन क्रूरकर्मा, चतुर आणि महत्त्वाकांक्षी खलनायकांनी बाँडचे शत्रूविश्व भरून काढले. बाँडपुढील आव्हाने, साहसे आणि आक्रमक शत्रुपक्षाचे स्वरूप त्याला अधिकच पराक्रमी व सामर्थ्यशाली करीत आहे.

सोव्हिएत संघाच्या पाडावानंतर शीतयुद्धाचे सावट दूर झाले. रशियन गुप्तहेर व त्यांचे कारनामे काळाच्या उदरात दडपले जाणार, अमेरिकन साम्राज्याला व वृत्तीला लाल राहूचे ग्रहण पुन्हा लागणार नाही असे चित्र दिसू लागले. सोव्हिएत रशियाची पंधरा शकले झालीत. कम्युनिस्ट पक्षाचे विघटन झाले. मिखाइल गोर्बाचेव्ह यांनी सोव्हिएत संघाचे आणि रशियन कम्युनिस्ट पक्षाचे कायमचे विसर्जन केले. परिणामत: बाँडच्या कादंबऱ्यांतील शत्रुपक्षाचा अग्रमान असणारा एक महत्त्वाचा खलनायक आणि त्याची स्पेक्ट्रे किंवा केजीबी सारखी संघटना लयाला गेली. पण याचा अर्थ भांडवलवादी जगापुढील सर्व समस्या संपल्यात, जगात सर्वत्र शांतता नांदू

लागली असे नाही. सुष्टत्व आणि दुष्टत्व या एकाच नाण्याच्या दोन बाजू आहेत. एकाच वेळी सत् आणि असत् या दोन्ही प्रवृत्ती कायम संघर्ष करीत असतात. त्यांच्यामधील संघर्षाला अंत नाही.

जगाला नवीन आव्हाने आणि नव्या विकराल समस्यांनी ग्रासलेले आहेच. त्यांच्या विरुद्ध संघर्ष करणे, त्यांचा नि:पात करणे हे त्याचे कर्तव्यच आहे आणि म्हणूनच नव्या जोषाने आणि नव्या ताकदीने बाँड पुढे येतो. अतिरेकी संघटना आणि त्यांचे क्रूरकर्मा प्रमुख आज सर्व जगापुढील मोठे आव्हान आहे. मूलतत्त्ववादी फुटीरतावादी इस्लामिक अतिरेकी संघटनांमुळे पाश्चात्त्य जगापुढील आव्हानात्मक परिस्थिती कायम राहिली. विक्षिप्त धनाढ्य आणि मनस्वी धनदांडगेदेखील जगाला आणि शांततेला वेठीस धरण्याच्या कार्यात मागे नाहीत. अफू, हेरॉइन, कोकेन यांचा व्यापार करणारे कोलंबियन ड्रग लॉर्ड आणि इटालियन माफिया यांच्यापासून सर्व जगाला धोका आहे. त्यांचादेखील बिमोड करण्याचे थोर कार्य बाँडला करावयाचे आहेच. अशाप्रकारे बाँडच्या विरोधकांतील विविधता आणि वैचित्र्य यामुळे त्याचे खलनायक प्रभावी वाटतात. ते पराक्रमी आहेत. प्रथम दर्जाचे धूर्त आणि व्यूहरचनाकार आहेत. त्यांना हरविणे सोपे नाही. साऱ्या जगाचा विध्वंस करण्याची त्यांची क्षमता अफाट आहे आणि म्हणूनच अशा सर्व (दु)र्गुणसंपन्न खलपुरुषांवर मात करणारा नायकदेखील तेवढ्याच ताकदीचा असणे आवश्यक आहे. बाँड हा त्याच प्रकारचा महानायक आहे.

'फ्रॉम रशिया विथ लव्ह'मधील क्रोन्स्टीन आणि रोझा क्लेब या जोडीवरून बाँडच्या खलनायकाची कल्पना यावी. क्रोन्स्टीन हा स्मर्शचा एक महत्त्वाचा एजंट आणि अत्यंत धूर्त व्यक्ती आहे. तो अत्यंत चलाख आणि तीक्ष्ण विचारशक्तीचा बुद्धिबळपटू आहे. तो आपली प्रत्येक चाल एका ठराविक विचारपद्धतीने खेळतो. स्मर्शला त्याच्या विजयाची खात्री आहे. परंतु के.बी.जी.ला मात्र क्रोन्स्टीनवर पूर्ण भरोसा नाही. क्रॉन्स्टीनबरोबर त्याच्या तोडीची किंवा त्यापेक्षा सरस बुद्धीची अधिक क्रूर आणि आक्रमक वृत्तीची रोझा क्लेब के.जी.बी.चे एजंट आहे. रोझा रशियन सैन्यात कर्नलच्या हुद्द्यावर आहे. ती स्मर्शच्या विभागाची प्रमुख आहे. कोणत्याही प्रकारच्या कृष्णकृत्यांना पूर्णत्वाला नेण्याची तिची तयारी आहे. आपल्या मिशनप्रती तिची बांधिलकी शंभर टक्के आहे. ती अत्यंत भावनाशून्य आहे. ती कोणत्याही प्रकारच्या मानवीय भावना, आणि विचारांनी प्रभावित होत नाही. ती कोणत्याही वैचारिक गुंत्यात आणि तात्त्विक गोंधळात गडबडून जात नाही. एखाद्या थंड रक्ताच्या पाशवी जनावराप्रमाणे ती आपल्या सावजाकडे पाहते. ती कोणत्याही विचारांनी,

आर्जवांनी, दयेने किंवा मायेने विचलित होत नाही. क्रॉन्स्टीनसारखा प्रखर बुद्धीचा भावनाशून्य व्यक्तीदेखील तिच्यापुढे हतप्रभ होतो. फ्रेंच क्रांतीच्या काळातील अमानुष आणि बीभत्स, क्रूर वृत्तीच्या हिडीस वाटणाऱ्या खुनशी चेहऱ्याच्या एखाद्या कसायाप्रमाणे तिचा चेहरा आहे. रोझासाठी आपल्या कामगिरीपुढे दुसरे काहीही महत्त्वाचे नाही. ती केवळ पक्ष आणि मिशन यांच्या सोबत एकनिष्ठ आहे. त्यासाठी समोरच्या व्यक्तीचा प्राण घेणे किंवा त्याला फसविणे वगैरे गोष्टी ती स्वाभाविक मानते. 'फ्रॉम रशिया विथ लव्ह' मधील रोझा म्हणजे 'टेल ऑफ टू सिटीज' मधील मॅडम दर्फाजची अधिक भयावह आधुनिक आवृत्ती आहे. फ्लेमिंगनी आपल्या शब्दसामर्थ्यांचा पूर्ण वापर करून रोझाचे वर्णन केले आहे. त्याला रोझा नावाच्या प्रवृत्तीचे वर्णन करावयाचे आहे. केवळ खलनायिका रंगवावयाची नाही. रोझाच्या रूपात त्याने हिडीसपणा, दुष्टपणा आणि आत्यंतिक द्वेषामुळे निर्माण होणारी बीभत्सता यांचे चित्रण केले आहे. केवळ एका स्त्रीमधील विरूपतेचे वर्णन नाही, तर एका दुष्ट विचारसरणीचे प्रतीकात्मक विवेचन आहे. रोझाच्या चेहऱ्यावरील भावनाशून्य आणि कडवट विचारांची धारण म्हणजे एका अमानवीय आणि संवेदनाशून्य विचारसरणीला शरण गेलेल्या व्यक्तीचे ते अप्रतिम दर्शन आहे.

डॉ.नो हा डॉ. नोमधील खलनायक खरोखरच खलनायकांचा बादशहा आहे. तो अत्यंत विचारी आणि बुद्धिमान आहे. परंतु त्याची विचारसरणी पूर्णत: एका तत्त्वज्ञानाच्या विरोधात उभी ठाकली आहे. नो म्हणजे यसच्या विरुद्ध. सर्व प्रकारच्या सकारात्मक विचारसरणीच्या विरोधात तो आहे. त्याला भांडवलशाही सरकारच आवडत नाही असे नाही, तर पाश्चिमात्य असणाऱ्या सर्वच गोष्टींबद्दल त्याला तिरस्कार आहे. त्याचा पाश्चिमात्यांविषयीचा तिरस्कार नेमक्या स्वरूपात व्यक्त व्हावा यासाठी काही साध्या प्रतीकांचा फ्लेमिंगने वापर केला आहे. डॉ नो शेकहँड करीत नाही, तर पौर्वात्य पद्धतीचा हात जोडून 'नमस्कार' करतो. तो लांब पायघोळ झग्यासारखा 'किमानो' घालतो. ती पौर्वात्य विचारसरणी आपल्या प्रत्येक कृतीत तो व्यक्त करीत आहे. तो सर्वच आधुनिक व अपौर्वात्य गोष्टींचा विरोधक आहे.

क्रूरपणा, धूर्तपणा, फसवेगिरी आणि कोणत्याही स्तरावर जाऊन शत्रूला नामोहम करण्याची प्राचीन चिनी वृत्ती त्याच्या नसानसात भिनली आहे. तो धन लोलूप आहे. सत्तालोलूप आहे. तो स्वार्थ, नीचपणा आणि कुटीलतेचा अर्क आहे. टाँग या चिनी गुंडाच्या टोळीचे लक्षावधी डॉलर्स घेऊन तो फरार झाला आणि हार्लेमध्ये दडून राहिला. परंतु टाँगने त्याला न्यूर्याकमधील त्या निग्रोंच्या गलिच्छ, व

दाटीवाटीने भरलेल्या वस्तीतून शोधून काढलेच. त्याच्याकडून पैसे मिळणार नाही हे कळताच त्याचा अनन्वित छळ केला. त्याचा हात मोडून टाकला. आणि त्याच्या हृदयात एक गोळी घातली. परंतु एक महत्त्वाची गोष्ट त्या रासवट चिनी गुंडांना माहिती नव्हती. डॉ.नोचे हृदय डाव्या बाजूला नव्हते तर उजव्या बाजूला, दहा लक्ष व्यक्तीपैकी एखाद्याचेच हृदय उजव्या बाजूला असू शकते. डॉ. नो त्यामुळे वाचला. उलट्या काळजाचा सैतान उलट्या बाजूला असणाऱ्या हृदयामुळे वाचला.

डॉ. नो जमैकाच्या एका बाजूला असणाऱ्या बेटावर राहतो. खरे तर तो पागलखान्यात राहण्याच्या लायकीचा आहे असे त्याच्या विकृतीकडे पाहून बाँडला वाटते. पण खरोखरच त्याने स्वतःकरिता एक स्वतंत्र पागलखाना बांधला आहे. त्याचा स्वतःचा एक अभेद्य किल्ला आहे. तो क्रूर आणि पाशवी तंत्राचा वापर करून आपल्या शत्रूंचा अमानुष छळ करतो. स्वतः पुढे येत नाही. आपले अस्तित्व सहजासहजी लोकांना कळू नये ही त्याची कामना आहे. तो स्वतःला अलिप्त ठेवतो व तो वेगळा राहतो पण प्रत्येक गुन्ह्यामध्ये त्याचा गोपनीय हात असतो. अमेरिकेच्या मिसाइल प्रोग्रॅमवर हल्ला करणे व तेथे घातपाती कृत्य करणे ही त्याची महत्त्वाकांक्षा आहे. तो स्मर्शचा अमेरिकन भागातील एक महत्त्वाचा मोहरा आहे. परंतु त्याच्या अमेरिकाविरोधी धोरणाला केवळ रशियन लाल भाईंचे सहकार्य नाही तर चिनी लाल तारा पण मदत करतील ही त्याला आशा आहे. त्याला कम्युनिस्ट सहकाऱ्याकडून मोठ्या धनाची, मोबदल्याची अपेक्षा आहे. आणि म्हणूनच तो केवळ रशियाकडे आशेने पाहत नाही. तर चीनवरही त्याचा डोळा आहे. तो वेदना आणि दुःख देणाऱ्या विविध तंत्रांचा वापर करतो. त्यामधून त्याला आत्मिक समाधान प्राप्त होते. अत्यंत विषारी विंचू किंवा छळाच्या विविध त्रासदायक पद्धतीचा कल्पकतेने तो वापर करतो. त्यासाठी त्याला त्याच्या चिनी परंपरेचा विशेष लाभ होतो.

'कॅसिनो रोयाल' मधील शिफ्रे हा बाँडच्या विरोधी पक्षातील एक वेगळ्या प्रकारचा खलनायक आहे. खलनायकाच्या साचेबंद प्रतिमेत त्याचा योग्य प्रकारे समावेश होणार नाही. कारण तो कोणत्याही खतरनाक आणि भयप्रद कारवाया स्वतः करीत नाही. तो कोणत्याही प्रकारचे अतिरेक आणि संकटे किंवा आव्हाने निर्माण करीत नाही. तो वरवर पाहता एक सामान्य जुगारी आहे आणि जुगार खेळणे हा काही गुन्हा थोडीच आहे ? पण त्यात थोडी गडबड आहे. शिफ्रे हा सोव्हिएत गुप्तहेरांचा एजंट आहे. तो स्मर्शचा सदस्य आहे. तो एका मोठ्या कुंटणखान्याचा मालक आहे. तो विविध प्रकारचे गुन्हे सर्वांच्या नकळत करीत असतो. फ्रान्स सरकारच्या विरोधात असणाऱ्या कम्युनिस्ट कामगार संघटनांना तो वित्तपुरवठा

करतो. आपल्या रशियन मालकांच्या इशाऱ्यावर तो विविध प्रकारचे संप घडवून आणतो. कामगार संघाच्या माध्यमातून देशात अशांतता निर्माण करतो. त्याचे कार्य फ्रान्सच्या औद्योगिक नाड्या आपल्या ताब्यात ठेवणे आहे. तो फ्रान्सला असणारा आर्थिक धोका आहे. शिफ्रे हा स्मर्शचा हात आहे. तो स्मर्शचा महत्त्वाचा घातक आणि भयावह प्रतिनिधी आहे. परंतु त्याच्यावर फ्रान्स सरकारच्या कावेबाज डावाचा घाला पडतो. फ्रान्समधील वेश्यागृहांवर बंदी घालण्याचे ठरते आणि मग त्याची वेश्यागृहातील प्रचंड गुंतवणूक धोक्यात येते. त्याच्या विरूद्धची फ्रेंच सरकारची ही चाल कामयाब होते. स्मर्श आणि सोव्हिएत सरकारची मोठी गुंतवणूक अडचणीत येते. शिफ्रे इतकीच ही प्रचंड रक्कमपण स्मर्शला आवश्यक वाटते. आणि मग ते त्याला ती रक्कम वापस करण्यासाठी लकडा लावतात. शिफ्रे त्यासाठी एका मोठ्या जुगार मेळ्याचे आयोजन करतो. ह्युक्स लेस रॉयल (कॅसिनो रॉयल) मध्ये ह्या जुगार मेळ्याचे आयोजन होते. शिफ्रेला ५० मिलियन फ्रँक्स हवे आहेत. ते आपण एक महाजुगार खेळून प्राप्त करू शकतो असे त्याला वाटते. आणि हा जुगार खेळण्यास तो तयार होतो. माँटेनिग्रो मध्ये कॅसिनो रॉयलमधील जुगाराचा डाव आपण हमखास जिंकणार याची शिफ्रे याला खात्री आहे. त्याच्या डावाची रचना त्याने अत्यंत धूर्तपणे केली आहे. ती एका महत्त्वाकांक्षी चालबाज जुगाऱ्याची हुकुमाची खेळी आहे. पोकरच्या खेळात आपणास कोणी हरवू शकणार नाही याचा त्याला पूर्ण आत्मविश्यास आहे. परंतु यावेळी त्याचा अंदाज थोडा चुकतोच.

कॅसिनो रॉयलमध्ये बाँडच्या माध्यमातून एक महत्त्वाचा साक्षात्कार वाचकांना होतो. पाश्चिमात्य देशातील अनेक संस्था, यंत्रणा आणि व्यक्ती स्मर्श आणि इतर रशियन गुप्त संघटनेच्या अधीन झाल्या आहेत. त्यांच्या कठपुतळ्या म्हणून त्या कार्य करीत आहे. सर्वत्र पंचस्तंभीयांची लागण झाली आहे. शत्रू उघडपणे वार करीत नाही, तर छुपे चोरटे हमले करून त्रस्त करीत आहे. गुप्तचर संघटनामधील आपले जासूस डबल एजंट म्हणून काम करीत आहेत. आपल्या देशाच्या व्यूहरचनेची जाळी फुटीर आणि देशद्रोही डबल एजन्ट्सनी कुरतडून टाकली आहेत याचा बाँडला अधिकच संताप येतो. विश्वास ठेवावा अशी प्रत्येक व्यक्ती आणि घटक विश्वासघातकी झाला आहे. आपण असुरक्षित आहोत म्हणूनच घाबरलेले आहोत. संदेहाच्या घनदाट जाळ्यात आपण आणि आपला देश सापडला आहे हे त्याला उमगते आणि मग त्यावर तो पर्याय शोधून काढतो. ज्यांची दहशत वाटते, ज्याचे भय वाटते त्यांनाच हादरा द्यायचा. भयालाच भयचकित करावयाचे. स्मर्शलाच दणका द्यायचा. फ्लेमिंगने 'रॉयल' या कादंबरीतून दिलेला संदेश अत्यंत महत्त्वाचा आहे. भय हे

भयावह नाही, पण भयाची भावना मात्र अधिक घातक आहे. स्मर्शची दहशत आणि त्याबद्दल असणारी भीती अधिक घातक आहे. स्मर्शला हरविण्याचा मार्ग एकच आहे. तो म्हणजे स्मर्शपेक्षा अधिक घातक, प्रभावी आणि दहशतवादी अशी जबरदस्त कारस्थाने करणारी व शत्रूला त्याच्या गोटात जाऊन नामोहरम करून संपविणारी यंत्रणा उभारणे. सगळ्यात चांगले प्रत्युत्तर योग्य व्यूहरचनेतून देता येते. चांगला सूड शांतपणेच घेता येतो. अत्यंत थंड डोक्याचा पण क्रूर आणि ध्येयाशी प्रामाणिक, व्यावसायिक वृत्तीचा गुप्तहेर आणि तसलीच यंत्रणा निर्माण करणे म्हणजे स्मर्शचा शेवट करणे होय. बाँड हे त्या प्रवृत्तीचे प्रतीक आहे. आणि म्हणूनच रॉयल्सच्या शेवटी बाँड स्वतःशी एक निर्णय घेतो. शत्रूला त्याच्याच तंत्राने, त्याच्या गोटात जाऊन नामोहरम करणे. शत्रूपेक्षा अधिक घातक व जलद गतीने कारवाई करणे.

६

द वर्ल्ड इज नॉट इनफ!

शीतयुद्धाचा शेवट रशियाच्या पतनात झाला. पूर्व युरोपात पुन्हा एकदा लोकशाही नांदण्याची सुचिन्हे दिसू लागली. जर्मनीचे एकीकरण झाले. रुमानिया, बुल्गारिया, हंगेरी, पोलंड येथील जुलमी हुकूमशहा इलेक्ट्रिकच्या पोलवर लटकले किंवा जेलच्या दरवाजांच्या मागे गेले. लोखंडी पडदी कमकुवत झाली. त्याची शकले झाली. खुद्द रशियाचे पंधरा तुकडे झालेत. गोर्बाचेव्ह यांना त्यांच्या डोळ्यासमोर रशियन संसदेत दोन देश पहावयास मिळालेत. बोरिस येल्सीन हे उगवत्या रशियाचे अध्यक्ष आणि गोर्बाचेव्ह हे मावळत्या सोव्हिएत युनीयनचे चेअरमन अर्थात ह्यामुळे साम्यवादी विचारसरणीला मूठमाती मिळाली आणि कम्युनिझम संपला असे मात्र नाही. याचा अर्थ सर्वत्र कायमची शांतता नांदू लागली, शीतयुद्धाचा शेवट म्हणजे संपूर्ण शांतीची स्थापना असा अर्थ काढणे गैर ठरले असते.

हुकूमशाही वृत्ती केवळ साम्यवादी देशातच आढळते असे नाही. तर तिचा प्रार्दुभाव लोकशाही देशातपण आहे. प्रचंड संपत्ती व धन दौलत असणारे उद्योगपती केवळ धनानेच श्रीमंत नसतात, तर त्यांना महत्त्वाकांक्षेचा वेडा व वेगळाच कैफ चढलेला असतो. ते आपल्या मनस्वी आणि काल्पनिक जगात वावरत असतात. त्यांना सत्तेचे आणि धनाचे वेड असते. सर्व जग आपल्या संपत्ती आणि धनसामर्थ्यापुढे शरण यावे, आपल्या वेड्या कल्पनांना त्यांनी मान्यता द्यावी असा खुळचट विचार त्यांना योग्य वाटतो. अशा विकृत आणि अहंगंडाने पिडीत लष्करशहा व उद्योगपती यांच्याविरूद्ध बॉंडने सामना दिला आहे.

ह्युगो ड्रॅक्स हा त्यांतलाच एक विक्षिप्त उद्योगपती मानला पाहिजे. तो अत्यंत

श्रीमंत आहे. 'कोलंबाइट' या नावाच्या अत्यंत उपयोगी धातूचा तो एकमेव निर्माता आहे. ह्या धातूचा उपयोग जेट इंजिन करण्यासाठी होतो. ड्रॅक्स आपल्या ह्या धातूचा पुरवठा इंग्लंडला फुकट करतो. अगदी विनामूल्य. त्यामुळे तो इंग्लंडचा राष्ट्रीय नायक म्हणजेच नॅशनल हिरो आहे. राणीपासून तर सर्वसामान्य माणसापर्यंत तो अत्यंत लोकप्रिय आहे. त्याच्या तऱ्हेवाईक वागण्याच्या पद्धती हा चर्चेचा आणि कौतुकाचा विषय आहे. त्याच्या आवडी निवडी आणि देणग्यांचा वर्षाव करण्याची कर्णाची प्रवृत्ती यामुळे तो सर्वांना हवाहवासा वाटतो. तो एक सुपरमॅन आहे. त्याच्या नावाभोवती दंतकथेचे वलय आहे. सदैव चकाकणारी त्याची प्रतिमा क्वचितच कोणाच्या नशिबात येईल.

अर्थात त्याला एक वाईट खोड आहे. तो जुगारात बदमाशी करतो. चालीमध्ये हेराफेरी करतो. एमला त्यामुळेच त्याचा संशय येतो. ड्रॅक्स खरोखरच बदमाशी करतो काय ? त्याचे काही रहस्य आहे काय ? हे जाणून घेण्यासाठी बाँडची नियुक्ती होते. बाँडचे जुगारी कसब, त्याला सत्याचा छडा लावण्यासाठी मदत करते. आणि तो ड्रॅक्सला केवळ १५०० पौंडांच्या डावात हरवितो. पण ड्रॅक्सला तो अपमान वाटतो. पैसे लवकर खर्च कर तुला फारसा वेळ मिळणार नाही. असे ड्रॅक्स त्याला सांगतो. अर्थात त्या वाक्याचा अर्थ बाँडला त्यावेळी लागत नाही. पण ड्रॅक्स काहीतरी काळेबेरे करणार आहे तो पहिल्या दर्जाचा बदमाश आहे याचा मात्र त्याला अंदाज येतो.

ड्रॅक्सचा माग घेताना मग त्याला एका विलक्षण कारस्थानांचा पत्ता लागतो. ड्रॅक्सची इंग्लंडला उध्वस्त करण्याची मोठी महत्त्वाकांक्षी व पाताळयंत्री योजना त्याला कळते. तो मग ड्रॅक्सची ही घातकी योजना उद्ध्वस्त करतो. या संपूर्ण कथानकात ड्रॅक्सची प्रतिमा रंगविताना फ्लेमिंग यांनी विशेष काळजी घेतली आहे. ड्रॅक्स श्रीमंत आहे. विलक्षण लहरी व मनस्वी आहे, लोकप्रियता आणि प्रसिद्धीचे वलय अवतीभोवती असणारा तो चमत्कारिक पुरूष आहे. त्याला आपल्या सत्तासामर्थ्याची आणि संपन्नतेची कल्पना आहे. तो क्रूर आहे पण पाताळयंत्री आणि चपळ आहे. चतुर आणि धूर्त आहे. शत्रूला सहजी शरण न जाण्यासाठी आपल्या कृष्णकृत्यांची आखणी अत्यंत कौशल्याने करतो. औदार्याचा आणि बेगडी देशप्रेमाचा मुखवटा अत्यंत सहजपणे धारण करतो. ड्रॅक्स हा कुटिल आहे. परिणामत: त्याच्या अप्रत्यक्ष आणि आक्रमक चाली सहजासहजी कळत नाहीत. अशा प्रकारचे संधीसाधू दुष्ट पंचमस्तंभीय सर्वच देशांत असतात. लोक केवळ गरिबीमुळे देशद्रोही होतात असे नाही. श्रीमंत माणसे संपत्तीसधन असतात. त्यामुळे त्यांना पैशाची गरज

नाही, ते पैशासाठी इमान व देशप्रेमाचा सौदा करणारे नाही हा गैरसमज आहे. श्रीमंत माणसेपण देशद्रोही असू शकतात. कितीही पैसा व धनसंपत्ती प्राप्त झाली तरी तिचा मोह कमी होत नाही तो वाढतच जातो. आणि या मोहातून गुन्हे व बेईमानीची कृत्ये होतातच. उंच शिखरावरून होणारा अध:पात हा अधिकच जोरदार व प्रभावी असतो. तसेच ड्रॅक्सचे झाले आहे.

स्ट्रॉमबर्ग हा उद्योगपती ह्युगो ड्रॅक्सची अधिक वाढीव आवृत्ती आहे. जुलव्हर्नच्या कॅप्टन नेमोप्रमाणेच किंवा विश्वमित्रासारखे स्वत:चे नवे विश्व त्याला निर्माण करावयाचे आहे. तो महत्त्वाकांक्षी आहे पण वेडा आहे. त्याला भूतलावरील सर्व विश्व नष्ट करावयाचे आहे. समुद्राखाली एक नवीन जग, नवी सृष्टी निर्माण करावयाची आहे. त्यासाठी तो पृथ्वीवरील दोन महासत्तांमध्ये संघर्ष घडवून आणणार आहे. पृथ्वीवर असणारी सर्व शक्ती, संपत्ती आणि साधने नष्ट करण्याची त्याची महत्त्वाकांक्षा आहे. आपण नव्या चांगल्या व संपन्न जगाचे खरे निर्माते आहोत हा वेडा विचार त्याला सत्य वाटतो.

झोरीन कॉर्पोरेशनचा मालक झोरीन हादेखील याच पंथातील एक अत्यंत चतुर आणि चलाख खलनायक आहे. ह्युगोप्रमाणे तोदेखील पूर्व जर्मनीतून आलेला आहे. त्याच्यापाशी अफाट पैसा आहे. पेगॅसिस या नावाचा सर्व प्रकारच्या शर्यती जिंकणारा अफाट किंमतीचा घोडा आहे. झोरीनला जर्मनीच्या पराभवाचे शल्य आहे. तो त्यासाठी अमेरिकेवर सूड उगवू इच्छितो. आणि म्हणून आपले डावपेच अत्यंत कौशल्याने आखतो. तो संपूर्ण कॅलिफोर्निया प्रांत पाण्याखाली घालणार आहे. त्यामुळे अमेरिकेचा भूगोल आणि भविष्य दोन्ही बदलणार आहे. त्यातून सूड घेतल्याचे आत्मिक समाधान झोरीनला प्राप्त होणार आहे. झोरीन हे काम विलक्षणं चातुर्याने करणार असतो. त्याची कल्पना अत्यंत कार्यक्षम असते. स्पेक्ट्रेशी त्याचा सुप्त संबंधपण आहे. अर्थात तो आपल्या धोरणाची आखणी करताना दयामाया आणि माणुसकीचा विचार करीत नाही. त्याच्या सुडाने पेटलेल्या मनाला आपण किती निरपराध व्यक्तींचा बळी देणार आहोत हे जाणवत नाही.

झोरीन हा नव्या युगातील खलनायक आहे. परिणामत: तो विशेष शिताफीने आधुनिक तंत्रज्ञानाचा वापर करण्यावर भर देणारा खलनायक आहे. त्याचे स्वत:चे अत्याधुनिक बलूनपण आहे. या सर्व पार्श्वभूमीवर बॉंड झोरीनसोबत संघर्ष करतो. त्याला पराभूत करण्यासाठी त्याच्याच तंत्राचा आणि शस्त्रांचा वापर करतो. 'शठम् प्रति शाठ्यम्' या न्यायाने बॉंड झोरीनसोबतच्या संघर्षात यशस्वी होतो.

जनरल ऑर्लाव्ह हादेखील याच प्रकारची महत्त्वाकांक्षा आणि विकृतीने पछाडलेला

माजी सोव्हिएत रशियातील सेनानायक आहे. त्याला एका महत्त्वाकांक्षी रशियन प्रकल्पाची माहिती आहे. अंतराळातील तो उपग्रहाचा वापर तो अमेरिकन आणि पाश्चिमात्य देशांची सत्तास्थाने नष्ट करण्यासाठी करणार आहे. गोल्डन आय प्रकल्प त्याला महत्त्वाचे वरदान वाटते. तो 'गोल्डन आय' चा वापर करू इच्छितो, पण तसे करताना व संपूर्ण योजना कार्यान्वित होईपर्यंत तो स्वत:ला दूर ठेऊ इच्छितो. त्यासाठी बोरीस या संगणकतज्ज्ञाचे आणि एका कोसॅक बंडखोराचे सहाय्य घेण्याचे तो ठरवितो. ऑर्लाव्ह अत्यंत धूर्त आहे तो नव्या युगाचे तंत्रज्ञान वापरण्यावर विश्वास ठेवतो. त्यासोबतच नवीन व कुटील चालीचा वापर करण्यावर त्याचा भर आहे. गोल्डन आय सारखी यंत्रणा आपल्या नियंत्रणाखाली आल्यानंतर आपण इंग्लंडचा पाडाव करू शकतो. जगाला वेठीस धरू शकतो याची त्याला कल्पना आहे. कोणताही हुकूमशहा एका कमकुवत वृत्तीपासून स्वत:ला अलिप्त ठेवू शकत नाही. 'अविश्वास आणि संदेह' यामुळेच तो नेहमी असुरक्षित असतो. तो सतत इतरांना संपवून टाकण्याची योजना आखतो. त्याच्या कुटिल आणि दीर्घसूत्री योजनेचा तो रशियन राष्ट्रप्रमुखाला आणि मंत्रिमंडळाला अंदाज येऊ देत नाही. हेच त्याचे खरे यश आहे. अर्थात सुष्ट प्रवृत्ती या प्रथमत: कमकुवत वाटल्या तरी त्यांची आंतरिक शक्ती नेहमीच जास्त असते. परिणामत: ऑर्लाव्ह आपल्या विकृत योजनेत यशस्वी होऊ शकत नाही.

'डाय अनदर डे' मधील कोरियन राष्ट्राध्यक्षाचा मुलगा हे बाँडच्या आधुनिक खलनायकाचे सर्वात नवे रूप आहे. खरे तर मॅन वुइथ गोल्डन गन मधील स्कॅरामांगा आणि किम हे दोघेही एकाच तंत्राचा वापर करणारे आहेत. 'सौर ऊर्जा,' सौर ऊर्जेचा अत्यंत घातक आणि भयचकित करणारा वापर त्यांना करावयाचा आहे. जगाचा विनाश घडवून आणण्यासाठी 'डाय अनदर डे' मधील खलनायक जेनेटिक्सचा वापर करतो. केवळ मानवीय मेंदूच्या चलाखीवर त्याचा विश्वास नाही. त्याला त्यासोबतच बुद्धिमान संगणकीय तंत्रज्ञानाची आणि प्रणालीची सोबत लाभली आहे. जगातील आपले विरोधक संपविण्याची महत्वाकांक्षा प्रत्येक हुकूमशहाला असते. त्यासाठी अमानुष बळ आणि पाशवी ताकद हाच योग्य पर्याय आहे असे त्याला वाटते. परिणामत: सर्व शक्ती एका विशिष्ट पद्धतीने एकत्रित करणे आणि विरोधकांवर तुटून पडणे हाच त्याच्या व्यूहरचनेचा भाग आहे. यांच्या पराभवाच्या मागे दडलेले खरे कारण शोधायचे असेल तर ते एकाच ठिकाणी आढळते. ते शत्रूच्या न्यूनस्थळातच असते. आणि म्हणूनच त्या विखारातून हे खलनायक जगाविरुद्ध लढतात, त्या विखारातच त्यांची चूक, त्यांचे दोष आणि कमकुवतपणा दडलेला असतो. कोणत्याही

शक्तीचा वापर कोणत्या दिशेने आणि कोणत्या हेतूने होतो यावरून त्या शक्तीचे श्रेष्ठत्व आणि महत्त्व निर्धारित होत असते. किम आणि त्यासारखे खलनायक जगातील सर्वच विरोधकांना संपविण्याचा चंग बांधतात. स्वतःला सर्व शक्तिमान मानतात. स्वतःविषयी गैरसमजाचे विश्व निर्माण करतात. आणि त्यातच त्यांचा पराभव दडलेला आहे.

महत्त्वाकांक्षा हा सद्गुण आहे. परंतु आत्यंतिक महत्वाकांक्षा हा दुर्गुणच आहे. स्वतःचे साम्राज्य निर्माण करण्याची 'इलियट कार्व्हर' या वृत्तपत्र व प्रसारमाध्यमांच्या अनभिषिक्त सम्राटाची महत्वाकांक्षा अत्यंत पराकोटीची आहे. त्याला आपल्या वृत्तपत्र व प्रसार माध्यमाचे साम्राज्य सर्व जगभर प्रस्थापित करावयाचे आहे. त्यासाठी तो विविध बऱ्यावाईट युक्तींची योजना करतो, अत्यंत घातकी योजना तयार करतो. प्रसारमाध्यमांचे नव्या जगावर राज्य राहणार आहे. त्याचा दुरूपयोग अण्वस्त्रापेक्षा घातक आहे. मते आणि मने घडविणारी ही यंत्रणा एखाद्या वेड्या महत्त्वाकांक्षी सत्तापिपासू राक्षसाच्या तावडीत सापडल्यास त्याचे जगावर काय परिणाम होऊ शकतात याचे अप्रतिम चित्रण म्हणजे 'टुमारो नेव्हर डाइज' मधील इलियट कार्व्हर होय.

इलियट कार्व्हर हा 'स्मार्ट खलनायक' आहे. तो अण्वस्त्रांपेक्षा आणि सूर्यकिरणांपेक्षा घातक शस्त्रांची निर्मिती करीत आहे. तो आपल्या सोईची मते निर्माण करीत आहे. तो सामान्य माणसांचे विचार करण्याचे इंद्रियच संपुष्टात आणत आहे. त्याला जगावर राज्य करण्यासाठी एक साधे पण प्रभावी तंत्र गवसलेले आहे. बिनडोक आणि विचारशून्य नागरिक निर्माण करणे. एकदा अशा प्रकारचा वाचकवर्ग, प्रेक्षकवर्ग, नागरिक आणि समाज निर्माण झाला की मग राज्यकर्ते , प्रशासक, अध्यक्ष, हुकूमशहा या सर्वांना आपल्या वेठीस आणता येईल. याची कार्व्हरला खात्री आहे. विचारप्रवर्तन करण्यासाठी, ठराविक तत्त्वासाठी आणि तत्त्वज्ञानासाठी लढणारे उदात्त हेतूचे वर्तमानपत्र हा इतिहास आहे. आता जगाला वेठीस धरणारे, आम्ही सांगू तसा विचार करा असा इशारा देणारे, आपल्या मर्जीने सर्वांना वाकविणारे, मोठ्या रकमांसाठी लोकांना ब्लॅकमेल करणारे, आणि भावनांचा व्यापार करणारे 'प्रसारमाध्यम' निर्माण झाले आहे. या प्रसारमाध्यमाचा वापर विविध देशांमध्ये संघर्ष निर्माण करणे, धनाढ्य उद्योगपतींची कुलंगडी बाहेर काढणे, सेनाविषयक गुप्त योजना जगजाहीर करणे, यासारख्या घातक कारवायांसाठी होत आहे. प्रसारमाध्यमांचा भस्मासुर कोणाच्याही डोक्यावर हात ठेवू शकतो आणि त्याला भस्म करू शकतो हेच इलिएट कार्व्हरच्या माध्यमातून दाखविले आहे.

कार्व्हरचे क्रौर्य भावनात्मक आहे. टी.व्ही., इंटरनेट, वृत्तपत्रे, मासिके हीच

त्याची विविध प्रकारची चतुरंग सेना आहे. त्यातून रक्तपात होत नाही पण हजारोंचे जीवन उध्वस्त होऊ शकते. लाखो करोडो गरीब व निरपराध लोक दबाव खोट्या आणि अयोग्य प्रसाराचे बळी होतात, दोन समाजांत तेढ निर्माण होते. देशविरोधी, समाजविरोधी निर्णय घेण्यासाठी राष्ट्रप्रमुखांना बाध्य करता येते. केवळ 'टुमारोज' नव्हे तर या वृत्तीची व या तंत्राची वृत्तपत्रे ही एक जागतिक समस्या आहे. जगातील विविध देशात कार्व्हर अस्तित्वात आहेत आणि म्हणूनच त्यांचा कायम नायनाट शक्य नाही. 'टुमारो नेव्हर डाइज' हे या अर्थाने एक महत्त्वाचे सत्य आहे, एक भयावह दारुण वास्तव आहे.

मादक औषधांचा व्यापार करणारे ड्रगलॉर्ड विलक्षण सामर्थ्यशाली झाले आहेत. त्यांच्या सत्तासामर्थ्याचा दुरुपयोग जगापुढील एक घातक समस्या आहे. या धनाढ्य आणि सुष्ट प्रवृत्तीचा बिमोड होणे अत्यंत आवश्यक आहे. कारण संपत्तीचा दुरुपयोग, समाजातील युवा पिढीचा पूर्ण विनाश आणि त्यामुळे जगात सर्वत्र असंतोष निर्माण करावयाचे महापाप या दुष्ट रुपेरी टोळीच्या माथी आहे.

संघटित गुन्हेगारीला बळ देणारी ही घातक यंत्रणा आणि तिचे मालक चालक मादक औषधाचे व्यापारी, त्यामुळे सारे जग जेरीस आले आहे. हे मानवतेचे शत्रू आहेत. त्यांचे मित्र कोणी नाही. त्यांना नष्ट करणे, त्यांचा समूळ बिमोड करणे हीच खरी मानवतेची सेवा आहे. अनेक राज्यकर्ते, सेनानायक, राष्ट्रपती आणि उद्योगपती या सर्वांना त्यांनी आपल्या संपत्तीने खरेदी केले आहे. त्यावर एकच उपाय आहे. त्यांची सत्ताकेंद्रे नष्ट करणे, त्यांना ठार करणे. बाँड दक्षिण अमेरिकेतील एका ड्रगलॉर्डच्या मागे लागतो. ते केवळ एकाच हेतूने तो म्हणजे त्याचा वध करणे, मानवतेला असणारा हा कोलंबियन धोका संपूर्णतः नष्ट करणे. आणि म्हणूनच तो त्यासाठी आपल्या जिवाची, आणि नोकरीची पण फारशी तमा बाळगत नाही. मानवतेचे शत्रू कोणाचेच मित्र असू शकत नाहीत. ते कोणत्याही विचारसरणीचे, धोरणाचे, तत्त्वज्ञानाचे पुरस्कर्ते नसतात. त्यांचा धर्म एकच, पैसा, त्यांचे आधारकेंद्र आणि आश्रयस्थान देखील पैसाच. आणि म्हणूनच त्यांचा विनाश ही केवळ गुप्तचर म्हणूनच नव्हे तर एक विचारी पुरुष म्हणून आपले कर्तव्य आहे असे बाँडला वाटते.

तंत्रज्ञान हा चांगला सेवक आहे. पण त्याच्या मालकाच्या मनात खलप्रवृत्ती आणि राक्षसी महत्त्वाकांक्षा किती भयावह संकटे निर्माण करू शकतात हे लक्षात येते. बाँडच्या या नव्या युगातील खलनायक केवळ विशिष्ट विचारसरणीचे पुरस्कर्ते नाहीत तर ते संपत्तीच्या आणि धनाचे स्वामी होण्यासाठी लालायित झाले आहेत. स्वार्थ, नीचपणा, धूर्तता आणि क्रौर्य यांचे एक अपूर्व मिश्रण त्यांच्या विचारसरणीत झाले

आहे. बाँडच्या या नव्या जगात कोरियन व चिनी विस्तारवादी धोरणाचा धोका दिसून येतो. या नव्या महासत्ता रशिया, क्युबा आणि पूर्व जर्मनीची जागा घेत आहेत. सत्तासंतुलनाची नवी समीकरणे उदयात येत आहेत. नवे खलनायक, नवे संग्राम आणि नवी आव्हाने यांचे विद्रूप आणि कठोर वास्तव आपल्यापुढे आहे. महत्त्वाकांक्षा, युद्धपिपासा आणि बीभत्सता यांचे संपूर्ण मिश्रण असणाऱ्या या खलनायकांना सर्वांवर सत्ता हवी आहे. सर्व प्रकारचे साम्राज्य हवे आहे. सर्व जगावर नियंत्रण हवे आहे. त्याच्या करिता 'दि वर्ल्ड इज नॉट इनफ' हेच खरे आहे.

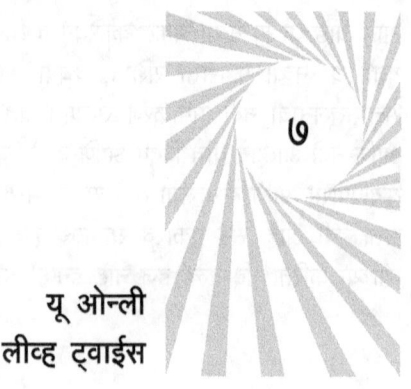

७

यू ओन्ली लीव्ह ट्वाईस

जेम्स बाँडच्या कथानकातील रोमांच, साहस आणि पराक्रम यांची वर्णने मनोरंजक, रोचक आणि आल्हाददायक आहेत.एकांडा शिलेदार असणारा बाँड आपल्या कारनाम्यांनी विरोधकांची भंबेरी उडवितो, त्यांना पराभूत करतो व बऱ्याचदा त्यांना कंठस्नान पण घालतो. बाँडचा पराक्रम बहुमुखी आहे. विविधांगी आहे. त्यात साहसासोबतच चातुर्य आणि धूर्तपणा आहे. अर्थात हे कारनामे एकसुरीपणाचे नाहीत. त्यांची विविधता मनोहारी आहे. तो शत्रूच्या कारस्थानांचा, पाताळयंत्री कारवायांचा नेमका अंदाज घेतो. अखेर त्यांना त्यांच्याच पद्धतीने संपुष्टात आणतो. विविध रोमांचक आणि चित्तथारक साहसे बाँडच्या कथानकांतील रंजकता तर वाढवतातच, पण त्यासोबत बाँडची अजेयवृत्ती, संकटावर मात करण्याची दुर्दम्य इच्छा आणि शत्रूचा पाडाव करण्यासाठी वापरण्यात येणाऱ्या विविध तंत्रांमुळे त्याची कथा वेगवान होते. पुन्हा पुन्हा वाचावीशी वाटते. तो वाचकाला खिळवून ठेवतो, वाचकाचे चित्त वेधणारी आणि त्याला एका विलक्षण थरारक जगात नेणारी बाँडकथा खरोखरच असाधारण आहे.

बाँडच्या साहसाची अनेकविध वैशिष्ट्ये आहेत. त्याच्या खलनायकांच्या अत्यंत पाताळयंत्री व विनाशक योजना, त्यांचे अद्‌भुत कारनामे आणि विस्मयजनक तंत्र या सर्वांमुळे कथानकांमध्ये अनेक नागमोडी वळणे आणि चक्रव्यूह आहेत. त्यांत चढउतार आहेत. साहसासोबतचे विजयाचे, पराभवाचे, मानाचे आणि फसविण्याचे अनेक क्षण आहेत. कधी घातपात आणि कधी विश्वासघात यांमुळे शत्रूच्या सापळ्यात

तो अलगद सापडतो. तर कधी अनपेक्षित मदत मिळवून तो सर्वांवर मात करतो.

डॉ. नो सोबतच्या सामन्यात बाँडला आपण एका धूर्त शत्रूशी सामना करीत आहोत याची जाणीव आहे. त्याची कार्यपद्धती गोपनीय आणि रहस्यमय आहे. तो स्वत: पुढे येऊन हल्ला करीत नाही. शत्रूशी सरळ सामना करीत नाही. चतुर, कपटी आणि क्रूर असणारा डॉ.नो छळाची विविध तंत्रे वापरतो. जमैकातील इंग्लिश गुप्तहेरांची हत्या करण्यासाठी–जॉन स्ट्रँगवेजची हत्या करण्यासाठी तो अभिनव तंत्र वापरतो. आंधळ्यांचा वेष धारण करणारे त्याचे तीन खुनी गुंड स्ट्रँगवेजला त्याच्या क्लबसमोरच ठार करतात. अत्यंत विषारी विंचू, उपाशी ठेवण्यात आलेल अणकुचीदार दात असणारे लालबुंद डोळ्याचे भयावह उंदीर, आणि खून करण्यात तरबेज असणारी मदनिका यासारख्या तंत्राचा तो वापर करतो. बाँडवर अनपेक्षित हल्ला करून त्याला ठार मारण्याचा त्याचा कट प्रत्येक वेळी विविध तंत्रांवर आधारित असतो. आपल्या 'क्रॅब क्रे' बेटावर त्याची एक किल्ल्यासारखी अभेद्य गढी आहे. तिचा वापर तो आपले ठाणे, प्रयोगशाळा, सैनिक बळ, शत्रूंचा छळ करण्याची छावणी व चोरटा बाजार करण्याचे केंद्र म्हणून करतो. त्या ठिकाणी कोणी येऊ नये यासाठी तो ड्रॅगन टँकचा वापर करतो. त्यातून अग्निज्वाळांचे तांडव होत आहे. रात्रीच्या अंधरात हा ड्रॅगन शत्रूवर लाल अग्नीचा वर्षाव करतो व त्यांची मशीनगनच्या गोळ्यांनी चाळणी करतो. तेथील अज्ञानी, आदिवासी, त्याला ड्रॅगन समजतात. चालताबोलता क्रूर ड्रॅगन, त्या अंधश्रद्धेचा डॉ. नो ला चांगलाच फायदा होतो. त्याची गोपनीयता, त्याचे रहस्यमय अस्तित्व दडपण्यासाठी त्याला मदत होते. डॉ.नोचा एक हात लोखंडाचा आहे. त्याचा वापर तो शत्रूचा कठोरपणे विनाश करण्यासाठी करतो. तो खुनीपंजा म्हणजे त्याचे अमानुष, उघड क्रौर्य आणि खुनशीपणाचे प्रतीक आहे. बाँड त्या खुनशी, पाशवी सामर्थ्याच्या जोरावर शत्रूवर मात करतो. त्याचा पराभव करतो. आणि अखेर यशस्वी होतोच.

डॉ. नोच्या व्यक्तिमत्वाचे चित्रण ज्या प्रकारे झाले, त्यावर समाजवादी देशांत बरीच टीका झाली. कम्युनिस्ट देशांना डॉ.नोचे व्यक्तिचित्र म्हणजे समाजवादी विचारसरणीचे प्रतीक वाटले. त्यांना ते 'हो ची मिन्हचे' व्यक्तिचित्र वाटले. भांडवलवादाविरुद्ध असणारी विचारसरणी विकृत आणि वाईट आहे हे सिद्ध करण्यासाठी डॉ. नोचे चित्र अशाप्रकारे रंगविण्यात आले आहे असा आरोप क्रेमलिनने केला. अर्थात त्याचे फार काही वाईट न मानता, फ्लेमिंगने आपले लिखाण चालूच ठेवले.

'फ्रॉम रशिया विथ लव्ह' ह्या बाँड कादंबरीतदेखील जेम्सला अनेक संकटांचा सामना करावा लागतो. खल, जालसाजी आणि धूर्तपणाने तयार केलेले

मायाजाल यामध्ये बाँड नावाच्या ब्रिटिश एजंटाला अडकवावयाचे आणि त्याचा शेवट करावयाचा हा स्पेक्ट्रेचा डाव आहे. आपल्या विश्वासू आणि काबील साथीदाराची – डॉ. नो ची हत्या केल्याबद्दल बाँडला शासन करण्याचा स्पेक्ट्रेने पण केला आहे. त्यासोबतच लेवटर नावाचे गुप्तसंकेतलिपीचे यंत्र चोरावयाचे आणि त्यानंतर ते सोव्हिएत गुप्तहेर खात्याला मोठ्या किंमतीला विकण्याचा जोडधंदा स्पेक्ट्रेला करावयाचा आहे.

या विलक्षण गुप्त डावात स्पेक्ट्रेने अनेक युक्त्या आणि डावपेचांची आखणी केली आहे. सर्वप्रथम तर एका बल्गेरियन निर्दय खुन्याने बाँडची हत्या करण्याचा अत्यंत पाताळयंत्री डाव आखलेला आहे, डोनाल्ड ग्रँट नावाचा हा खुनी अत्यंत चपळ, धूर्त आणि तडफदार आहे. तो आपल्या कामात तरबेज आहे. पिस्तूल व रिव्हॉल्वर तो सहजपणे हातातळतो. तर इतर अवजारे विशेषत: चाकूचा तो विलक्षण चपळाईने व नेमका वापर करतो. तो बाँडप्रमाणेच ताकदवर, साहसी आणि चलाख आहे. त्याच्यामध्ये संकटात लढण्याचे प्रसंगावधान आणि आत्मविश्वास आहे. परंतु ग्रँटचे डावपेच अधिकच घातक होतात त्याच्या पाशवी शक्तीमुळे. तो डोळ्याची पापणी मिटण्याएवढ्या अवकाशात शत्रूची मान मुरगाळून टाकतो. परंतु त्याच्या हालचाली व डावपेच यांची आखणी करण्यासाठी एका वेगळ्या मेंदूची आवश्यकता आहे. केवळ शक्तीने बाँडचा नायनाट होणार नाही, त्यासोबतच युक्ती आणि तडफदार डावपेच हवेत. यासाठी डोनाल्डचा मेंदू पुरेसा नाही. क्रोन्स्टीनसारखा विलक्षण बुद्धिमान या योजनेची नेमकी आखणी करू शकेल असे स्पेक्ट्रेला वाटते. क्रोन्स्टीन हा जागतिक दर्जाचा बुद्धिबळपटू आहे. तो स्पेक्ट्रेच्या नियोजनविभागाचा प्रमुख आहे. त्याने संपूर्ण तपशिलासह बाँडला जाळ्यात पकडण्याची योजना पूर्ण केली आहे. त्याने बाँडला ठार मारण्याचा चंग बांधला आहे. स्पेक्ट्रेचा पाचव्या क्रमांकाचा हा वरिष्ठ अधिकारी आणि नियोजनविभागाचा प्रमुख आहे. बाँड आपल्या तुलनेत बच्चा आहे हा त्याचा आत्मविश्वास त्याला नडतो आणि तो पराभूत झाल्यामुळे आपल्या संघटनेकडूनच ठार मारला जातो.

क्रोन्स्टीन आणि डोनाल्ड सोबतच के.जी.बी.चे वरिष्ठ स्तरावरील अधिकारी देखील बाँडचा विनाश करण्यासाठी तैनात करण्यात आले आहेत. रोझा क्लेब, फ्लेमिंग यांनी रंगविलेली सर्वात क्रूर आणि विद्रूप खलनायिका. फ्लेमिंगच्या इतर सर्व खलनायकांना हिडीसपणा, क्रौर्य, आणि दुष्टाव्यात मागे टाकणारी राक्षसीवृत्तीची स्त्री असेच रोझाचे वर्णन करता येईल. रोझामध्ये जो दुष्टपणा आहे, त्या दुष्टपणाला क्रौर्याची आणि आत्मतुष्टीची काळी झालर आहे. इतरांना छळणे ही आनंदाची बाब

आहे असे मानणाऱ्या, दुसऱ्याच्या दुःखात आणि वेदनेत सुख शोधणाऱ्या खुनशी वृत्तीच्या व्यक्तींमध्ये रोझाचा क्रमांक वरचा आहे. कर्नल क्लेब ही स्त्री आहे, एवढेच वगळले तर तिच्यात स्त्रीत्वाचे कोणतेही इतर गुण नाहीत. क्रौर्य, छळ, दुष्टपणा, संवदेना आणि भावना यांचा पूर्ण अभाव, मानवीय वृत्तीविषयी कमालीचा थंडपणा ह्या सर्वच गुणांमुळे ती के.जी.बी.च्या वरिष्ठ वर्तुळात आहे.

ऑरिक गोल्डफिंगर हा वेगळ्याच धर्तीचा खलनायक आहे. त्याची खासीयत, त्याचे व्यक्तिमत्त्व, डॉ. नो पेक्षा पूर्णत: भिन्न स्वरूपाचे आहे. तो बुटका आहे. केवळ पाच फुटाचा, चंद्रासारखा वर्तुळाकार चेहरा, आणि गोल डोके असणारा हा मनुष्य जगातील अत्यंत श्रीमंत व्यक्तींपैकी एक आहे. तो उंचीने खुजा असला तरी सर्वाधिक श्रीमंत होण्याच्या वेड्या महत्त्वाकांक्षेने, त्याला केवळ सर्वाधिक श्रीमंत होण्याची महत्त्वाकांक्षा नाही, तर सर्वाधिक सोन्याचा साठा जवळ बाळगणारा अत्यंत शक्तिशाली व्यक्ती बनायचे आहे. त्याला 'फोर्ट नॉक्स' वरच चढाई करायची आहे. अमेरिकेतील सर्वाधिक सोन्याचा साठा असणारी सर्वात सुरक्षित आणि अत्यंत मजबूत बँक लुटायची आहे. केवळ अशक्य आणि अतर्क्य वाटणारी कल्पना त्याला सत्यात आणायची आहे. परंतू त्याचे तर्कशास्त्र जगावेगळेच आहे. 'फोर्ट नॉक्स' एक बँक आहे. आणि इतर कोणत्याही बँकेसारखीच आहे मग तिला फोडणे आणि लुटणे अशक्य का? ऑरिक हा स्पेक्ट्रेचा जिगरबाज व्यक्ती आहे. त्याला सोन्याचे वेड आहे. त्या पिवळ्या, लवचिक, आणि मौल्यवान धातूने तो वेडावला आहे. त्याच्या अवती भोवती सर्वत्र सोन्याच्या पिवळ्या रंगाचे साम्राज्य आहे. दस्तुरखुद्द त्याचेनाव पण ऑरिक म्हणजे ग्रीक भाषेत सोने हेच आहे. त्याची कार, कपडे आणि इतर सर्व गोष्टींवर सोनेरी रंगाची झाक आहे, ज्या स्त्रियांना तो वापरतो त्यांना नंतर पिवळ्या सोनेरी रंगाने रंगवितो. तो मनस्वी आणि महत्त्वाकांक्षेने पछाडलेला आहे. त्याला सामान्य वाटणाऱ्या कोणत्याही गोष्टीचे आकर्षण नाही. त्याच्या योजनेचे नाव आहे. 'ऑपरेशन ग्रँडस्लॅम' त्याचे साक्षिदार असल्या खुळचट व वेडगळ कल्पनेला पाठिंबा देणे शक्यच नाही. रहस्यकथांच्या जगातील सर्वात हास्यास्पद आणि बालिश वाटणारा कट फ्लेमिंगने रचला आहे. असेच वरवर पाहता वाटते. परंतु गोल्डफिंगरची चलाखी, चातुर्य, धूर्तपणा आणि साधने एकत्र करण्याची अफाट क्षमता याचा आपणास अंदाज नाही हेच खरे. त्याच्या अपूर्व आणि अजोड कल्पनाशक्तीला त्याने विलक्षण तर्क आणि तंत्राची जोड दिली आहे. त्याचा क्रूर आणि अफाट शक्तीचा अंगरक्षक 'ऑडजॉब' हा कोरियन आहे. तो बोलत नाही. त्याची भाषा हा हावभाव याचे नेमके ज्ञान ऑरिकलाच आहे. त्या अजस्त्र आकाराच्या

राक्षसाची क्षमता अफाट आहे. तो अत्यंत शक्तिशाली आणि आज्ञाधारक आहे. गोल्डफिंगरची कथा वेगळ्याच स्वरूपाची आहे. केवळ सत्तापिपासू, भांडवलशाही आणि लोकशाही विरोधी कम्युनिस्ट नेते, स्पेक्ट्रे आणि स्मर्श यांच्या आंतरराष्ट्रीय टोळ्यांचे नायक हेच इंग्लंडपुढील आव्हान नाही तर स्वनामधन्य महत्वाकांक्षी व एका वेडाने भारावलेले अचाट सामर्थ्य असणारे भांडवलदार व श्रीमंत व्यक्ती हादेखील एक मोठा धोका आहे. हेच त्यातून व्यक्त होते.

काऊंट ब्लोफेल्ड हा आणखी एक खुनशी प्रकार, एका वेगळ्या प्रकारचा खतरनाक आणि अत्यंत धूर्त खलनायक, अन्स्ट स्टाव्हों ब्लोफेल्ड हा सर्वात दुष्ट आणि चतुरतम खलनायक आहे. त्याचे दुर्गुणवैभव अफाट आहे. त्याच्या कारनाम्यांची आणि यशाची उंची असाधारण आहे. तो त्यामुळे मॉरियारिटी आणि कार्ल पिटरसनपेक्षा वरच्या श्रेणीचा खलनायक आहे. तो अत्यंत चतुर आहे आणि तीव्र बुद्धीमत्तेचा आहे. त्याचे यश त्या चतुराईने नटलेले आहे. पूर्व युरोपात जन्माला आलेला ब्लोफेल्डचे वडील पोलिश आणि आई ग्रीक आहे. २८ मे १९०८ला तो जन्माला आला आहे. (अर्थात फ्लेमिंगची पण जन्मतारीख हीच आहे.) स्वीडन, तुर्कस्थान आणि दक्षिण अमेरिकेतील विविध देशांचा त्याने विस्तृत प्रवास केला आहे. प्रत्येक ठिकाणी घातलेल्या दरोड्यांमुळे आणि निधीच्या अपहारातून तो विलक्षण धनवान झाला आहे. ह्या पैशाची त्याने योग्य प्रकारे गुंतवणुक केली आहे. तो आपल्या पैशांच्या भरोशावर स्वत:चे सशक्त आणि परिपूर्ण संघटन बांधतो. गुन्हेगारांनी स्वतंत्रपणे काम केले तर त्यांना अपेक्षित यश मिळणार नाही. मोठी व धाडसाची कामगिरी ते एकांडेपणाने पूर्ण करू शकत नाही. त्यांना योग्य संरक्षण मिळू शकत नाही आणि हवी ती तज्ज्ञसेवा पण उपलब्ध होत नाही. यामुळेच तो एका प्रभावी संघटनेची स्थापना करतो. तो पॅरिसमध्ये राहावयाचे ठरवितो, तेथे आपले ठाणे बांधतो. येथे प्रथम संघटनेची स्थापना करतो. परंतु संघटनेच्या या गुप्त व रहस्यमय कारनाम्यांची इतरांना जाणीव होऊ न देण्याची तो काळजी घेतो. त्याची सर्व कृष्णकत्ये तो बोलुवार्ड हॉन्सुमान या अलिशान भागातून करतो. स्पेक्ट्रे ही अत्यंत विलक्षण संघटना आहे.

स्पेक्ट्रेचे वर्णन ब्लोफिल्डच्या शब्दात करणे उचित होईल. आपण (स्पेक्ट्रे) एक सशक्त संघटन आहोत. फार मोठ्या आणि बलाढ्य समाजाच्या प्रचलित नीतिमत्ता व मूल्यांची फारशी चाड बाळगली पाहिजे यावर माझा विश्वास नाही. परंतु स्पेक्ट्रेचे कार्य अत्यंत शिस्तबद्धपणे आणि श्रेष्ठ दर्जाचे झाले पाहिजे. स्पेक्ट्रेने शिस्तीची नियमावली तयार केली नाही, पण प्रत्येकाने स्वयम् शिस्तीचे पालन करणे

आवश्यक आहे हे लक्षात घेतले पाहिजे. आपल्या संघटनेचे सामर्थ्य आणि बळ प्रत्येक सदस्याच्या शक्ती व योगदानात आहेत. कोणा एका सदस्याची कमकुवत मनोवृत्ती आणि मनाचा दुबळेपणा आपल्या संपूर्ण संरचनेला धोकादायक सिद्ध होऊ शकेल. सर्व सदस्यांना माझे विचार आणि कल्पना यांची जाणीव आहे. शुद्धीकरणाच्या माझ्या प्रत्येक कृतीचे आपण समर्थन केले आहे. आणि त्यासाठी योग्य तो सहयोगपण दिला आहे.

थंडरबॉलमध्ये ब्लोफेल्डच्या संपूर्ण व्यक्तिमत्त्वावर प्रकाश पडत नाही. कारण तो पडद्याआडून काम करतो. तो न दिसणारा पण अत्यंत तत्पर आणि कार्यक्षम मेंदू म्हणून कार्य करतो. थंडरबॉलमध्ये तो एक अत्यंत महत्त्वाकांक्षी योजना तयार करतो. दोन ॲटमबाँब पळवून नेण्याची आणि मग त्या माध्यमातून दोन महाप्रबळ राष्ट्रांच्या राष्ट्रप्रमुखांना ब्लॅकमेल करण्याची योजना, या योजनेत तो जवळपास यशस्वी झालेला असतो, फक्त त्याच्यामध्ये जेम्सचा अडथळा निर्माण होतो. त्याची महत्त्वाकांक्षी योजना असफल होते परंतु तो त्यातून फरार होतो. अफलातून वेशभूषा, कौशल्य, रूपांतराची बहुरूपी कला आणि चातुर्य यांच्या बळावर ब्लोफेल्ड फरार होतो.

इआन फ्लेमिंग यांनी ब्लोफेल्डला थंडरबॉलमध्ये जिवंत ठेवले यामागे त्याचा उद्देश सफल होतो. त्याचा उपयोग पुढील कादंबऱ्यांमध्ये करणे, कारण ब्लोफेल्ड हा अत्यंत पाताळयंत्री आणि अचाट सामर्थ्यशाली आहे. त्याचे स्पेक्ट्रे हे संघटन अत्यंत विशाल आहे एवढे सांगून पुरेसे होणार नव्हते. तर त्याचा आणि बाँडचा सामना रंगविणे अत्यंत महत्वाचे होते. तो आणि बाँड यांची झुंज त्याला वाचकांपुढे मांडावयाची होती. त्याची आणि बाँडची दुसरी मुलाखत होते. 'ऑन हर मॅजेस्टिस सिक्रेट' मध्ये यावेळी ब्लोफेल्डचे अत्यंत सविस्तर आणि परिपूर्ण वर्णन फ्लेमिंग यांनी केले आहे. तो एका नव्या रूपात आणि नव्या पेहेरावात आहे त्याचे रूप, रंग आणि पेहेराव यांत त्याने बदल केला आहे. तो पूर्वी इतकाच सैतानी वृत्तीचा पण अधिक तडफदार झाला आहे. प्लास्टिकसर्जरी आणि वैद्यक शास्त्र याचा पूर्ण वापर करून स्वत:चे व्यक्तिमत्त्वच बदलले आहे. त्याने आता खानदानी रूप व वारसापण प्राप्त केला आहे. त्याच्या वडिलांचे नाव अर्न्स्ट जॉर्ज ब्लोफेल्ड आणि आईचे नाव मारिया स्टाव्हों ब्लोफेल्ड आहे. तो घरंदाज खानदानी आणि परंपरेचा वारसा प्राप्त झालेला काउंट आहे. परंतु त्याची काउंट होण्याची ती पदवी प्राप्त करण्याची वृत्तीच नडली आणि त्यातूनच ऑन हर मॅजेस्टिस सिक्रेट सर्व्हिसचे प्रकरण घडले.

ब्लोफेल्ड याही प्रकरणातून सुटला आणि पुन्हा जेम्ससोबत संघर्षाची नवी

आव्हाने घेऊन परतला. डॉ. फुमांचू किंवा प्रोफेसर मॉरियारिटी प्रमाणेच त्याची आणि बाँडची साहसे अनेक वेळा संघर्षातून घडतील. झटापटी होतील आणि वारंवार चित्तथरारक आव्हाने उभी राहतील असे वाटणारे चित्रण फ्लेमिंग यांनी केले आहे. आणि म्हणूनच डायमंड्स आय फॉरएव्हर मध्ये ब्लोफेल्ड पुन्हा आक्रमक चढाईसाठी सज्ज होऊन उभा राहतो. ब्लोफेल्डचे आव्हान असे चढाईचे आहे. तो खरा खलनायक आहे. अत्यंत जिद्दी, महत्त्वाकांक्षी आणि नवीन तंत्राच्या माध्यमातून संघर्ष करणारा.

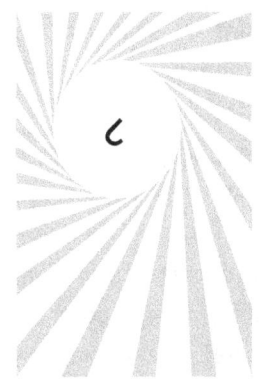

८

गोल्डफिंगर

फ्लेमिंगचा बाँड हा इंग्लिश रहस्य व साहसातील एक अत्यंत यशस्वी नायक आहे. परंतु तो यशस्वी असण्याची कारणे मात्र विविधांगी आहेत. रहस्यकथांमधील नायकांचे सर्वश्रेष्ठ आणि महत्त्वाचे गुण त्याच्यात एकवटले आहेत. वाचकांना हवेहवेसे वाटणारे लोभस आणि तेजस्वी व्यक्तिमत्व त्याला लाभलेले आहे. त्याचे यश विविध साहसात, जगावेगळ्या कथानकांमध्ये आणि त्यांच्या अफलातून मांडणीत आहे. फ्लेमिंगबद्दल लिहिताना बाँडचा उल्लेख होणे अपरिहार्य आहे. होम्स आणि डॉयलप्रमाणेच ही जोडीही अजोड आहे.

बाँड हा गुप्तहेर नाही तर प्रतीहेर आहे ? तो एका आक्रमणाला दिलेली पर्यायी आणि प्रभावी उत्तर आहे. तो प्रतिकार आहे. आव्हानाचे ते प्रती आव्हान आहे. सर्वसामान्य हेर हे हुषार असतात. ते संभाव्य संकटांविषयी, गुप्तयोजनांविषयी आणि शत्रूंच्या आक्रमक, विरोधी हालचालीं विषयी माहिती गोळा करतात. ती आपल्या देशाला, खात्याला आणि प्रमुखांना उपलब्ध करून देतात. योजना तयार करण्यासाठी तिच्या अंमलबजावणीसाठी सिद्धहस्ताने प्रयत्न करतात. परंतु प्रतीहेर हा त्यापेक्षा वेगळ्या प्रकारचे कार्य करतो. तो शत्रूचा मागोवा घेतो. तो केवळ शत्रूच्या योजनांचा तपशील प्राप्त करीत नाही तर त्यांना नामोहरम करण्याची धाडसी योजना आखतो. तो परचक्राची संभाव्य योजना कोणती आहे, याची केवळ माहिती प्राप्त करीत नाही, तर ती पूर्णतः नामशेष करणारी धाडसी मोहीम आखतो. तो शत्रूच्या गुप्तहेरांचे ठाणे कोठे आहे, त्यांचे गुप्तहेर कशाप्रकारे घातपात करणार आहेत, त्यांची

आक्रमक धोरणे व व्यूहरचना यांचा नेमका अदमास घेतो. तो शत्रूंना त्यांच्याच डावपेचाने नामोहरम करतो, त्यांना संपवितो. पंचमस्तंभीयांचा माग घेतो आणि शत्रूंच्या सर्व कारवायांचा बीमोड करण्यासाठी व्यूहरचना पण करतो.

यू ओन्ली लिव्ह ट्वाईसमध्ये प्रारंभीच बाँडच्या दुःखद मृत्यूची सूचना देणारी श्रद्धांजली प्रदर्शित होते. कमांडर जेम्स बाँडचे नेमके व्यक्तिमत्त्व कसे होते हे त्यातून फ्लेमिंग यांनी व्यक्त केले आहे.

मुनरेकरमध्ये जेम्सच्या कामगिरीच्या जीवनातील साधारण दिवस कसा असतो याचे रोचक वर्णन आहे. जेव्हा जेम्स महत्त्वाच्या गुप्त कामगिरीवर नसतो, तेव्हा तो १० ते ६ ऑफिसमध्ये काम करतो. अर्थात त्याचे कामकाजाचे तास तसे लवचिकच असतात. तो कँटीनमध्ये दुपारी जेवतो, रात्री मित्रांबरोबर पत्ते खेळतो, किंवा त्याच्या प्रिय ललनांबरोबर वेळ घालवतो. शनिवार-रविवारी गोल्फ खेळतो किंवा मोठ्या रकमेचा जुगार. तो साधारणपणे रजा घेत नाही. त्याचा वार्षिक पगार मुख्य सचिवांच्या वेतनाएवढा आहे. विविध प्रकारचे करमुक्त उत्पन्नपण आहे. कामगिरीवर तो मनाप्रमाणे किंवा आवश्यकतेनुसार खर्च करू शकतो. वर्षाचे उत्पन्न त्याचे जीवन चैनीत गुजारण्यासाठी पर्याप्त आहे. किंग्ज रोडवर त्याचा मोठा व प्रशस्त फ्लॅट आहे. मे नावाची त्याच्या घराकडे लक्ष देणारी स्कॉटीश स्त्री आहे. दी मॅन वुइथ दी गोल्डन गन मध्ये बाँडपाशी एक खोटा पासपोर्ट आहे. त्यावर त्याचे नाव फ्रँक वेस्टकॉट असे नोंदविले आहे. तो वेशांतर करीत नाही. खोट्या दाढी-मिशा, वेशभूषा, नकली केस किंवा विग्ज यांवर त्याचा विश्वास नाही. स्पेक्ट्रे किंवा के. जी. बी. या प्रकारांनी फसतील असे त्याला वाटत नाही.

बाँडच्या विलक्षण जीवनात त्याचा खरा साक्षिदार जोखीमच आहे. मृत्यूच्या वाटेवर तो जीवनाचा शोध घेतो. आपले ध्येय आणि कार्य पराक्रमाच्या आणि यशाच्या आधारावर मोजले जाते, पण त्यातील जोखीम, अडचणी आणि अडथळे यांची शर्यत आपल्यालाच पार करावयाची आहे. विश्वास हा साथीदार नाही पण विश्वासघात मात्र पाठलाग करीत राहील हे त्याला पूर्ण माहिती आहे.

बाँड एक अत्यंत कुशल तिरंदाज आणि पिस्तुलबाज आहे. तो शस्त्रे हाताळण्यात विलक्षण हुशार आहे. त्याच्या व्यवसायाचे एक महत्त्वाचे सूत्र आहे, ते म्हणजे दुसरी संधी शत्रूला. 'डॉ. नो' या कादंबरीत तो स्मिथ अँड वेसनचे पिस्तुल वापरतो. त्यावेळी त्याची वैशिष्ट्ये तो लक्षात घेतो. एक अत्यंत हलके व हाताळण्यास सोपे शस्त्र. वजन केवळ तेरा औंस, लांबी साडे दहा इंच, कपड्यात लपवता येते पण केवळ पाचच गोळ्या एकावेळी झाडता येतात. अर्थात नेमबाजीसाठी अत्यंत तीक्ष्ण आहे. अत्यंत

अचूकपणे झाडता येईल अशी दर्जेदार रिव्हॉल्वर. परंतु नंतर तो बेरेटा वापरण्यास सुरूवात करतो. बाँडच्या गोपनीय अहवालानुसार तो अत्यंत उत्कृष्ट नेमबाज आहे. पण त्याला वारंवार आपल्या व्यावसायिक श्रेष्ठत्वाची परीक्षा द्यावी लागते. त्याच्या नेमबाजीच्या सरावाला सुरूवात करतो. त्याच्या नेमबाजीच्या चाचणीचे अहवाल एमकडे नियमितपणे पाठविले जातात. प्रकाशाऐवजी अंधाऱ्या संधीप्रकाशात त्याला आपल्या तिरंदाजीचे आणि नेमबाजीचे श्रेष्ठत्व सिद्ध करावे लागते. त्यासाठी एमचा आग्रह आहे. अचूकता हीच खरी कसोटी नाही, तर प्रसंगावधानदेखील महत्त्वाचे आहे हा एमचा सल्ला महत्त्वाचा आहे.

बाँडने नंतरच्या कामगिरीसाठी वाल्टर पी. पी. के. ब्रँडचे पिस्तुल वापरायला ा सुरुवात केली. बेरेटा हे बायकांचे शस्त्र आहे, ते तू वापरू नकोस असा सल्ला त्याला देण्यात आला. बाँडला वॉल्टर पी. पी. के. त्यानंतर आवडू लागले. त्याच्या अनेक कामगिरींचे ते एक महत्त्वाचे वैशिष्ट्य ठरले. बाँडच्या शरीराचा ते एक महत्वाचा भाग झाले. वॉल्टर म्हणजे बाँड हे जणू काही समीकरण रूढ झाले. बाँडला केवळ शस्त्र आणि लढाईचे तंत्र यांत प्रावीण्य प्राप्त झाले नव्हते तर त्याला शत्रूच्या मानसशास्त्राचे आणि वैचारिक सामर्थ्याला पराभूत करण्याचे विशेष ज्ञान प्राप्त झाले होते. त्यासाठी त्याने विशेष प्रशिक्षण घेतले होते. स्टेफी एस्पोरिटो या नावाचा अमेरिकन त्याचा या बाबतीत प्रशिक्षक होता. त्याने त्याला अनेक महत्वाच्या विषयाचे अत्यंत दर्जेदार शिक्षण दिले होते.

बाँड पत्त्याचे सर्व डाव नेहमीच जिंकतो. त्याला प्रत्येक बाजी पलटवता येते, तो अत्यंत शांतपणे आणि कौशल्याने आपले डाव मांडतो. तो पराभूत होण्यासाठी खेळत नाही कारण बाँडला कोणती चाल खेळायची आहे आणि कोणता पत्ता कसा खेळायचा आहे हे पूर्णत: उमजले आहे. तो दबावाखाली खेळत नाही, तणावाला बळी पडून तो वेडीवाकडी चाल टाकत नाही. त्याचा एक नियम पक्का आहे, तो शत्रूला समजून खेळतो. पराभव करण्यासाठी खेळतो, पराभूत होण्यासाठी नाही. तो फसवितो, पण सहसा फसविला जात नाही. त्याचा शांतपणा, धीरोदात्तपणा स्वत:विषयीचा आत्मविश्वास आणि आपल्या खेळातील एकाग्रता यामुळेच तो पराभूत होत नाही. तो अजेय आहे पण त्यात नशिबाचा भाग फारसा नाही. हे त्याच्या कृतीचे आणि व्यूहरचनेचे फलित आहे.

बाँडच्या छंदामध्ये, त्याच्या साहसाच्या आवडीमध्ये समाविष्ट होणारी महत्वाची गोष्ट म्हणजे वेग आणि तडफ. तो प्रत्येक काम त्वरेने करतो. त्याच्या कामाचा झपाटा, अत्यंत जलद आहे. परिणामत: तो शत्रूंना विचार करायला वेळ

देत नाही. त्याच्या चढाईच्या तंत्राचे फलित म्हणजे शत्रूला पुरेसा विचार करण्यापूर्वीच त्यांना तो पराभूत करतो. त्याच्या जलद चढाईच्या या तंत्रामुळेच, प्रतीहल्ला आणि नवीन डावपेचांची आखणी शत्रूला शक्य होत नाही. वेग हेच त्याचे जीवन आहे. बाँडच्या वेगवान कारनाम्याचे साधन आहे त्याची चपळ, जबरदस्त गती असणारी मोटारकार.

बाँडच्या कारबाबत फ्लेमिंग यांनी थोडेसेच वर्णन केले आहे. पण त्याचा ब्रँड मात्र ठरलेला आहे. ॲस्टन मार्टिन, वेगवान, चपळ आणि शक्तिशाली इंजीन असणारी ॲस्टन मार्टीन ही बाँडची सर्वात आवडती कार आहे.

चित्रपटामध्ये बाँडच्या व्यक्तिमत्त्वावर नेमका प्रकाश पडावा, त्याच्या कार्यपद्धतीचे स्पष्ट आणि प्रभावी दर्शन व्हावे याकरिता, त्याच्या वेगवान व्यक्तिमत्त्वाला जोड देणारी वेगवान कार, चित्रपटनिर्मात्यांनी तयार केली. फ्लेमिंगच्या कादंबऱ्यांमधील ॲस्टन मार्टिन ही चपळ व वेगवान कार आहे. पण बाँडच्या चित्रपटांमध्ये, तिला एक स्वतंत्र आणि परिपूर्ण व्यक्तिमत्त्व प्राप्त झाले आहे. एका महत्वाच्या पात्राचे स्थान प्राप्त झाले आहे. त्याची कार हा चित्रपटाचा अभिन्न भाग आहे. कमांडर जेम्स बाँड हा ब्रिटिश सीक्रेट सर्व्हिसचा महत्वाचा अधिकारी आहे. त्याच्या कामगिरीचे एकमेव उद्दिष्ट आहे. यश वादातीत यश. कमांडर बाँडच्या व्यक्तिमत्वाला शोभणारी ॲस्टन मार्टिन तयार करण्यासाठी चित्रपटनिर्मात्यांनी युक्त्या, साधने, आणि तंत्राचा कारमध्ये समावेश केला. तिला परिपूर्ण कार, शस्त्रांचे भांडारगृह, चालते फिरते कार्यालय आणि सर्वगुणपरिपूर्ण साधन केले.

१९६२ साली प्रदर्शित झालेल्या डॉ. नो. मध्ये प्रथमच 'सनबीम'चा अवतार पडद्यावर सादर झाला. त्यावेळी या चित्रपटात विविध प्रकारच्या करामती, चमत्कारिक आणि अद्भुत वाटणारी साहसे यांना कोणतेही स्थान नव्हते. बाँडची ॲस्टन मार्टिन ही एक साधी, आणि कोणतेही नावीन्य नसणारी परंतु वेगवान मोटार होती. त्या चित्रपटात बऱ्याच प्रसंगी जेम्सला सनबीम अल्पाइनचा वापर करताना दाखविण्यात आले. डॉ. नो केवळ बुद्धिवादी जेम्सचे साहस होते. चित्रपट हा कादंबरीशी प्रामाणिक होता. मूळ कथानकात स्वैर आणि मन:पूत बदल करण्याचे स्वातंत्र्य चित्रपट निर्मात्यांनी घेतले नव्हते.

१९६३ साली फ्रॉम रशिया वुइथ लव्ह प्रदर्शित झाला. त्यात बाँडने बेंटले जातीची मार्क–२ ही मोटार वापरली होती. फ्रॉम रशिया हा चित्रपट मूळ कथानकबरहुकूम होता. परिणामत: त्यात स्टंटबाज कारनामे आणि चित्ताकर्षक करामती नव्हत्या. परंतु कारचा पाठलाग! चपळ आणि वेगवान हालचाली यांना थोडे प्राधान्य या

चित्रपटात होतेच. बाँडला मागच्या सीटचा वापर करताना अधिक वेळा दाखविण्यात आले होते. चित्रपट अत्यंत गतिमान व पकड घेणारा होता. परिणामत: त्याचा विशेष प्रभाव लोकांवर झाला.

आकर्षक आणि नेत्रदीपक वाटणाऱ्या कारच्या वेगवान रेसेस आणि त्यातून उद्‌भवणारे अद्‌भुत साहस. या सर्वांची निर्मिती गोल्डफिंगर या चित्रपटापासून झाली. १९६४ साली गोल्डफिंगर चित्रपटाच्या बारीवर झळकला. त्यावेळी पहिल्या रांगेतील प्रेक्षक जरा सावरूनच बसलेत. विस्फारलेल्या डोळ्यांनी आणि थोड्या तोंडाबाहेर आलेल्या आश्चर्यचकित जिभेने त्यांनी पाठलाग कारनामे पाहिलेत. त्यावेळी बाँडपाशी होती ॲस्टन मार्टिन डी.बी.-५ एक आधुनिक, विविध वैशिष्ट्ये असणारी आकर्षक कार. अत्यंत नावीन्यपूर्ण वैशिष्ट्ये, साधने यांनी नटलेली मार्टिन ही एक वेगळीच मोटारकार होती. व क्यू ने तयार केलेली विविध स्वरूपाची तंत्रे आणि यंत्रसामग्री त्यात होतीच. अशा प्रकारची मोटारकार आणि अशा प्रकारचा गुप्तहेर लोकांनी पूर्वी कधीच पाहिला नव्हता. आणि त्यामुळे गोल्डफिंगर हा रनवे हिट झाला. गोल्डफिंगरच्या यशात कथानकासोबतच वेगवान आणि जलद गतीने होणाऱ्या घटनाक्रमांना, झपाट्याने होणाऱ्या दिलखेचक आणि स्तंभित करणाऱ्या पाठलागांना व हाणामाऱ्यांना विशेष महत्व होते. गोल्डफिंगरच्या यशाने पुढील बाँडपटाची रचना कशी करावी याचा वस्तुपाठ इतरांना घालून दिला होता.

१९६५ मध्ये 'थंडरबॉल' चा स्फोट चंदेरी पडद्यावर झाला. थरारपटांमध्ये आणि साहसपटांमध्ये नवे दालनच उघडले. गुप्तहेर हा गुप्तपणे काम करणारी व्यक्ती असतो, त्याचा मागमूस लागत नाही ही कल्पना सोडून आय ॲम बाँड, जेम्स बाँड, असे सांगणारा धाडसी जेम्स बाँड पडद्यावर आला. याही चित्रपटात पुन्हा ॲस्टीन मार्टिन डी.बी.-५ चाच वापर झाला होता पण अधिक वेगवान व प्रदीर्घ पाठलागांसाठी.

'यु ओन्ली लिव्ह ट्वाईस' हा बाँडला संपूर्ण सुपरमॅनचा अवतार धारण करायला लावणारा थरारपट होता. बाँडमधला सौम्य, चलाख आणि सर्वदूर नजर फिरविणारा विलक्षण गुप्तहेर या चित्रपटात लुप्त झाला त्याची जागा एका अत्यंत साहसी, वेगवान आणि आक्रीत करणाऱ्या गुप्तहेराने घेतली. असाधारण साहस, मनस्वी वाटणारा धाडसी स्वभाव आणि वेगवेगळी आव्हाने स्वीकारणारा जलदगतीचा नायक जन्माला आला. या चित्रपटात अनेक पाठलाग आणि आश्चर्य होती. अर्थात क्यूच्या चमत्कृतिपूर्ण साधनांचा सुळसुळाट मात्र या चित्रपटात व्हावयाचा होता.

परंतु १९६७ मध्ये पुन्हा एकदा कादंबरी व कथानकांसोबत जवळीक साधणारा चित्रपट तयार झाला. त्यात साहस होते पण वेडे साहस नव्हते. 'ऑन

हर मॅजेस्टीस सीक्रेट सर्व्हिस' हा चित्रपट जरा वेगळ्या धर्तीचा बाँडपट होता. कथानकासोबत प्रामाणिकपणा आणि चित्रपटाची एखाद्या अस्सल गुप्तहेराप्रमाणे केलेली मांडणी ही महत्वाची वैशिष्ट्ये लक्षात घेण्यासारखी होती. यातील बाँड धावपळ करणारा नव्हता तर पायांपेक्षा डोक्याचा शांतपणे वापर करणारा धूर्त नायक होता. अर्थातच पाठलाग हाणामाऱ्या वगैरेंना फारसा वाव नव्हता.

सीन कॉनरीचा शेवटचा बाँडपट १९७१ साली जगभर झळकला. तो मुळातच साहसाच्या वेगळ्या कथानकासाठी असणाऱ्या मागणीमुळे. 'डायमंड्स आर फॉरएव्हर' हा अत्यंत गतिमान चित्रपट. त्यातील कथानकाच्या झपाट्याने आणि थक्क करणाऱ्या घटनाक्रमाने प्रेक्षक खरोखरच चकित झाले. या चित्रपटात अर्थातच विविध करामती करणाऱ्या कारनाम्यांची हजेरी होती. बाँडची कार होती फोर्ड मस्टँग.

कॉनेरीने बाँडपटाला रामराम ठोकला आणि त्याची जागा घेतली, रॉजर मूर याने १९७३ साली लिव्ह अॅण्ड लेट डायमधील मूर हा नवखा आणि बावचळलेला बाँड वाटला नाही तर तो चांगलाच मुरलेला वाटला. त्या चित्रपटात अर्थातच पाठलाग आणि धावपळीची प्रदीर्घ दृश्ये होती. त्यातील काही दृश्यांत तर बाँड चक्क डबलडेकर बसनेच प्रवास करतो, आणि शत्रूला पाठलागात मागे टाकतो. मूरचा काळ हा हुशार गुप्तहेरांचा काळ नव्हताच तर अस्सल साहसी, जिगरबाज आणि मर्दानी जासुसांचा होता. खंदा शिलेदार आणि धाडसी लढवय्या वीर अशी बाँडची प्रतिमा त्यातून निर्माण झाली. 'मॅन विथ द् गोल्डन गन' मध्ये ही अधिक स्पष्टपणे साकार झाली. बाँडच्या साहसातील मानवीय भाव आणि कल्पनाशक्ती हळूहळू मागे पडू लागली, त्या जागी अर्तक्य वाटणाऱ्या आणि अपूर्व पराक्रमाच्या अचंबित करणाऱ्या कारवाया येऊ लागल्यात.

१९७७ साली 'दी स्पाय हू लव्हड मी' चे प्रदर्शन झाले. ह्या चित्रपटात तर फारच धमाल होती. बाँडची कार 'ऑस्टीन लोटस' होती. मोटारचे सबमरीनमध्ये रूपांतर होते हा विस्मयजनक प्रसंग या कारवर चितारण्यात आला होता. त्यामुळे बाबा लोकांचे बरेच मनोरंजनदेखील झाले असणार यात संशयच नाही.

परंतु त्यानंतरच्या मूनरेकर, फॉर युअर आईज ओन्ली आणि ऑक्टोपसी या तिन्ही चित्रपटांत विविध कंपन्यांची नवीन मॉडेल्स घेऊन चित्रीकरण करण्यात आले. फॉर युअर आईज ओन्ली मध्ये बाँडची सवारी पांढऱ्या सिट्रॉन-२८० मध्ये सजली होती. तर मूनरेकरमध्ये बाँडने आपला प्रवास अल्फा रोमियो आणि मर्सिडीजमधून पूर्ण केला होता.

'ए व्ह्यू टु ए कील' हा मूरचा शेवटचा बाँडपट. यामध्ये त्याने आपले धाडसी

उपक्रम रोनाल्ट–११ मधून पूर्ण केले. मूरच्या ह्या चित्रपटात दिलखेचक पाठलगांसोबत मोटारकार्सच्या शर्यती आणि इतर नित्यनेमाचे कारनामेपण होते.

टिमोथी डॉल्टन जेव्हा बाँडच्या रूपात अवतरला त्यावेळी जेम्स बाँडला पाहणारी दुसरी पिढी परिपक्व झाली होती. बाँडपटाचा साचा पूर्णपणे तयार झाला होता. त्याची वैशिष्ट्ये आणि रंगढंग यांची एक निश्चित कल्पना प्रेक्षकांच्या मनावर तयार झाली होती. परंतु यावेळी बाँड पुन्हा एकदा ॲस्टन मार्टिन मधून आपल्या कारवाईकरिता सज्ज झाला होता. त्यात क्यूने बऱ्याच नवीन करामती आणि साधनेपण पुरविली होती. त्यानंतरच्या लायसन्स टू किल या चित्रपटात मात्र बाँडचा अवतार फारच आक्रमक वाटला कारण या चित्रपटात जेम्स चक्क 'केनवर्थ टँकरनेच' आपल्या विविध साहसांना पूर्ण करत होता. टिमोथी डाल्टन हा जरी शेक्सपिएरिन नट होता, कसलेला आणि कुशल अभिनेता होता तरी त्याची बाँडमधील कामगिरी केवळ दोनच चित्रपटांत आटोपली. त्याची जागा एका अधिक विश्वासपात्र आणि प्रभावी नटाने घ्यावी असे निर्मात्यांना व प्रेक्षकांना वाटत होते.

पिअर्स ब्रॉसनन हा स्कॉटिश अभिनेता सीन कॉनरीच्या वंशावळीत अगदी शोभून दिसणारा होता. त्याने 'गोल्डन आय' मधून पदार्पण केले. ते अत्यंत यशस्वी ठरले. करारी, चमकदार डोळ्यांच्या तडफदार हालचाली करणारा बाँड पुन्हा अवतरला. गोल्डन आयमधील नावीन्यपूर्ण ॲस्टन मार्टिन सर्वांनाच प्रभावित करणारी होती. ही कार म्हणजे जुन्या ॲस्टन मार्टिनपेक्षा अनेक अंगांनी उजवी आणि वेगळी होती. बाँडने या चित्रपटात ॲस्टन मार्टिन डीबीटी सोबतच बीएमडब्ल्यू–२३ चा पण मोठ्या प्रमाणात वापर केला. या चित्रपटात कारला वेगळे आणि वैशिष्ट्यपूर्ण स्थान प्राप्त झाले होते. चकाकणाऱ्या आणि झळाळी असणाऱ्या काळ्या ॲस्टन मार्टिनला या बाँडपटामुळे विशेष महत्व प्राप्त झाले. त्यानंतरच्या 'टुमारो नेव्हर डाईज' या १९९७ मधील चित्रपटात बाँडने ह्या कारने दूरदूर भ्रमण केले. पाठलाग आणि शर्यतीत भाग घेतला.

२००२ मधील 'डाय अनादर डे' हा बाँडचा एक अत्यंत यशस्वी चित्रपट. आणि ब्रॉसननचा शेवटचा बाँडपट. ह्या चित्रपटात मोटार रेसेस आणि पाठलाग तर होतेच पण त्यासोबतच अचाट साहसी कारनामेपण होते. बाँड आणि खलनायक गुस्ताव्ह ग्रेंज यामधील संघर्षाचे रूप धावते व रोमांचक व्हावे यासाठी कार्सचा अत्यंत प्रभावीपणे वापर करण्यात आला होता. या चित्रपटात पुन्हा एकदा ॲस्टन मार्टिन ही कार बाँडचे धावते प्रतिक म्हणून वापरण्यात आली होती. त्यासोबतच फोर्ड सी फेअरलेन आणि 'जगुआर' यांचापण वापर करण्यात आला होता. बाँडच्या

साहसांसोबतच या चित्रपटातील कार स्टंटस् पण विशेष प्रभावी झाले होते.

बाँडपटाची खरी ओळख साहसपट म्हणूनच होती. ते पठडीतील रहस्यपट किंवा गुप्तहेर कथांचे चित्रपट नव्हते. ज्या काळात या साहसपटाची आखणी बाँडच्या निर्मात्यांनी केली त्यावेळी वेगवान आणि चित्तथरारक प्रसंग चित्रपटात असणे आवश्यक होते. बाँडपटाच्या प्रारंभीच्या काळात एक चित्रपट फार गाजला होता. त्याचा प्रभाव बाँडच्या निर्मात्यांवर होणे अपरिहार्य होते. हा चित्रपट म्हणजे चार्ल्टन हेस्टनचा 'बेनहर.' बेनहरच्या कथेइतकेच त्यातील साहसप्रसंग व घोड्यांच्या शर्यती विशेष प्रभावी व नेत्रदीपक होत्या. प्रेक्षकांच्या हृदयाचे ठोके चुकविणाऱ्या या चित्तथरारक प्रसंगांसाठी त्यांना पुन्हा पुन्हा प्रेक्षागृहात आणण्याची ताकद या शर्यती आणि रोमांचक प्रसंगांत होती. बाँडपटातील कारच्या पाठलागांमागे आणि विविध चित्तथरारक प्रसंगामागील खरी प्रेरणा बेनहरमधील अश्वशर्यतीचे वेगवान प्रसंग होते. बाँड हा आधुनिक 'ग्लॅडिएटर' होता. त्याच्या घोड्याने अर्थातच एका नव्या व चपळ वाहनाचे रूप घेतले होते. ॲस्टन मार्टिन, बीएमडब्ल्यू किंवा मस्टँग आणि जगुअर नावाच्या कारचे रूप, सुसाट वेगाने धावणाऱ्या, डोळ्यांची पापणी लवण्यापूर्वी मागेपुढे वळणाऱ्या, नागमोडी वळणे आणि दिलखेचक उंच उड्या मारणारी नवी वाहने. झपझुई पळणाऱ्या चर्रर असा आवाज करीत क्षणार्धात थांबणाऱ्या लांब आकाराच्या, किंवा शेलाट्या अंगाच्या वेगवान मोटारकार्स.

गती हा बाँडसारख्या उपभोक्त्या संस्कृतीच्या समर्थकाचा स्वायीभाव, चपळता, चंचलता आणि वेग हाच त्याच्या पाश्चात्य रंगाचा खरा परिचय. तो नेमका व्यक्त व्हावा, योग्यप्रकारे सादर व्हावा यासाठी मोटारकार्समध्ये गती व तडफ होती. बाँडच्या आणि त्याच्या क्रूर, प्रभावी पण दहशत बसविणाऱ्या सामर्थ्यशाली खलनायकातदेखील तीच तडफ होती. ती खरोखरच योग्यप्रकारे व्यक्त झाली आहे.

१

व्ह्यू
टू
ए किल!

जेम्स बाँडची मोहिनी आजही कायम आहे. अवघ्या पन्नास वर्षांचा हा चिरतरूण गुप्तहेर आजही युनिव्हर्सल एक्सपोर्ट्स करिता काम करीत आहे. वरवर पाहता युनिव्हर्सल एक्सपोर्टस ह्या नावाने काम करणाऱ्या संघटनेचे इंग्लंडच्या पाताळयंत्री, गुप्तचर संस्थेशी काही संबंध असतील असे वाटत नाही. इंग्लंडच्या सुप्रसिद्ध एमआय६ ह्या संघटनेचा ती एक भाग आहे याची कल्पना फारच थोड्या लोकांना असेल (!)

गुप्तहेरांच्या संघटनेचे जग खरोखरच कसे असते आणि त्यांची कार्यपद्धती कशा स्वरूपाची असते याची नेमकी कल्पना असणारे लोक फारच विरळ. खरोखरच प्रत्येक देशाची गुप्तचरांची आणि प्रतीगुप्तचरांची संघटना कोणत्या पद्धतीने कार्य करते याचे कुतूहल जगभर आहे. त्यातही अंतर्गत सुरक्षा व आंतरराष्ट्रीय गुप्तहेर संघटन अशा दोन प्रकारे त्या संघटना स्वतंत्रपणे कार्य करतात काय? किंवा कसे! ह्याबद्दलपण सतत चर्चा चालू असते. अमेरिकेतील FBI (Federal Beaurau of Investigation) आणि CIA या दोन जगप्रसिद्ध संघटना नेमके काय आणि कसे कार्य करतात हे अनाकलनीय आहे. भारताची रॉ संघटनांची कार्यपद्धतीदेखील गुढाच्या भोवऱ्यात आहे. इस्रायलची मोसाद नेमकी प्रत्येकवेळी यशस्वी कशी होते याचे रहस्य अनाकलनीय आहे. चीन आणि इतर देशाच्या गुप्तहेर संघटनाबाबतदेखील याच प्रकारचे गूढ कायम आहे.

खऱ्या गुप्तहेरांची झलक आणि त्यांची कामगिरी याविषयी अनंत लेख आणि पुस्तके लिहिली गेली आहेत. माताहारी, किम फिल्बी यांसारखे गुप्तहेर त्यांच्या कार्यक्षेत्रापेक्षाही कादंबऱ्यात अधिक गाजले आहेत. अमेरिकेतून अण्वस्त्राच्या निर्मितीचा फॉर्म्युला चोरून आणणारे रशियन गुप्तहेर काही कमी धुरंधर नाहीत. रशियन केजीबीने अनेक अशक्यप्राय कामगिऱ्या यशस्वी केल्या आहेत. दस्तरखुद्द फ्रान्सच्या राजदूताला आपल्या जाळ्यात पकडून जनरल दि गॉल यांना आश्चर्याचा व संतापाचा धक्का दिला आहे. अनेक देशांचे मंत्री, खासदार, उच्चपदस्थ, प्रशासकीय अधिकारी व सैन्याचे प्रमुख यांना आपल्या पदरी बाळगण्यात केजीबीला नेहमीच यश आले आहे. केजीबी ही धूर्त, कावेबाज संघटना आहे. साम, दाम, दंड व भेद या चारही सूत्रांचा कौशल्याने वापर करणाऱ्या या संघटनेला अपयश फारसे माहीत नाही. पोलादी पडद्याच्या मागे राहून लोखंडी पंजा वापरणाऱ्या या अमानवी संघटनेचे गूढ सहजासहजी कळणारे नाही. त्यामुळेच तिला अपयश आले असले तर तेदेखील पडद्याच्या मागेच दडले आहे.

मोसादच्या कामगिरीचा आलेख नेहमीच चढता राहिला आहे. आइकमन आणि ऱ्हाइनमन सारख्या नाझी अधिकाऱ्यांना पाताळातून हुडकून आणणारी ही संघटना अनेक यशस्वी कामगिऱ्यांसाठी आणि धक्कादायक परिणामासाठी प्रसिद्ध आहे. इराणच्या अण्वस्त्रतळांवर हल्ले, इदी अमिनच्या विमानतळावरून विमान व प्रवासी यांना पळवून नेणे यासारख्या कार्यात त्यांनी यश प्राप्त केले. म्युनिख ऑलिम्पिकमधील हत्याकांडात दोषी असणाऱ्या दुष्ट अरब अतिरेक्यांना त्यांनी अखेर कंठस्नान घातलेच.

लेन डिलायटनच्या 'मर्डर डेज स्पाय'मध्येदेखील ब्रिटिश गुप्तचर संघटनेच्या कमकुवत दुव्यांकडे लक्ष वेधले आहे. ब्रिटिश गुप्तचर संघटनेची आर्थिक क्षमता मर्यादित आहे, त्यांची तर्क आणि बुद्धिमत्ता वापरण्याची शक्ती अनेक कारणांनी सीमित झाली आहे. ह्याच काळात (१९४५-७०) अनेक ब्रिटिश गुप्तहेर हे रशियाकरिता काम करणारे डबलक्रॉस एजंट आहेत हे वारंवार उघडकीला आले. त्यामुळे ब्रिटिश गुप्तहेर खात्याची, परराष्ट्र मंत्रालयाची फारच नाचक्की झाली. इंग्लंडमधील मंत्र्यांच्या भानगडी, देशाची गुपिते आणि संरक्षण मंत्रालयाच्या विविध योजना यांची पूर्ण वासलात लावणारा गौप्यस्फोट झाला. फील्बी, बर्गेस, मॅकलीन, व्हॅसेल आणि ब्लंट या इंग्लिश गुप्तहेरांनी इंग्लंडचा पक्ष सोडून रशियन पार्टीत जाहीर प्रवेश केला आणि इंग्लंडमध्ये इंग्लिश गुप्तहेर होतो, परंतु वास्तवात रशियाकरिता काम केले हे काहींनी जाहीरपणे सांगितले. केजीबीने ह्या सर्व वृत्तांना अपेक्षित आणि पर्याप्त प्रसिद्धी

विविध प्रसारमाध्यमांतून दिली. त्याने इंग्लंडची भारीच नाचक्की झाली. इंग्लंडला आपला पक्ष सावरणे आणि प्रतिमा स्वच्छ करणे कठीण झाले. ब्रिटिश गुप्तहेर संघटना कुमकुवत आहे, त्यात भगदाड पाडता येते असा संदेश त्यातून गेला. जेम्स बाँडच्या गोल्डन आयमधील कोसॅक गुप्तहेर एजंट आणि डाय अनादर डे मधील स्त्री गुप्तहेर ००६ यांची दगाबाजी हे त्याचे प्रतीक म्हणून दाखविण्यात आले आहे.

जॉन लकार म्हणजेच एरिक ॲम्बलर या लेखकाने गुप्तहेरांचे जग वास्तवात कशाप्रकारे कार्य करते याला अगदी वास्तविक घटनांचा, पात्रांचा आणि कार्यपद्धतीचा जामानिमा घेतला आहे. त्याचे चित्रण केवळ वेधकच नाही तर विश्वसनीय झाले आहे. 'सर्कस' ही त्याने रंगविलेली गुप्तहेर संघटना अत्यंत खरी वाटणारी आहे. अँथनी प्राइसच्या 'सोल्जर नो मोअर' मध्ये रशियन गुप्तहेरांद्वारे ब्रिटिशांना खिंडीत पकडण्याचा डाव, त्यांचे अज्ञान आणि माहितीचा अभाव यांवर प्रकाश टाकला आहे. अँड्र्यू बॉयल यांच्या 'क्लायमेट ऑफ ट्रिझन' मध्ये फिल्बीच्या रशियासाठी काम करण्याच्या डबल एजंट मनोवृत्तीवर प्रभाव पाडला आहे. केन फॉलेटच्या दि बेअर रेडमध्ये गुप्तहेरांचे काम करण्याच्या डबल एजंट मनोवृत्तीवर प्रभाव पाडला आहे. केन फॉलेटच्या दि बेअर रेडमध्ये गुप्तहेरांचे व्यक्तिगत जीवन आणि दु:ख त्यांच्या मनोवृत्तीला कार्यपद्धतीला प्रभावित कसे करते याचे नेमके चित्रण आहे. जेम्स बॉड हा स्वत: काउंटर एजंट आहे. तो विरोधकांच्या गुप्तहेरांचा नव्हे तर आपल्या देशातील पंचमस्तंभीय आणि फुटलेल्या गुप्तहेरांना, डबलक्रॉस एजंट्सच्या स्पाय रिंगला व त्यासाठी काम करणाऱ्या शत्रूंचा गुप्त संघटनांचा वापर करण्यासाठी प्रयत्न करतो. फॉर युअर आईज ओन्ली या चित्रपटांत म्हणजे फ्लेमिंगच्या 'व्ह्यू टू ए किल' या बाँडकथेत बाँड एमला सांगतो, की पंचमस्तंभीय गुप्तहेरसंघटनेचा पूर्ण नायनाट करणे हेच त्याचे खरे ध्येय आहे.

इंग्लंडच्या एम. आय-५ या संघटनेचे कार्य देशांतर्गत होणाऱ्या विदेशी गुप्तहेर कामगिरींचा शोध घेणे आहे. तर एम.आय.-६ या विभागाचे कार्य विदेशातील गुप्तहेरकारवायांना प्रोत्साहन देणे आहे. या दोघांमध्ये समन्वय कार्य स्पेशल ब्रांच द्वारे केले जाते. अर्थात हे सर्व आपणास विविध कागदपत्रांद्वारे किंवा रहस्यकथा आणि त्यासंबंधाचे अहवाल छापणाऱ्या मासिकांतून कळते. सांकेतिक भाषण, गुप्तलिपी आणि महत्त्वाचे गोपनीय संदेश यांची उकल करणे, त्यांना हस्तगत करणे, इलेक्ट्रॉनिक्स आणि यांत्रिक उपकरणांचा वापर करून गुपिते व छायाचित्रे प्राप्त करणे हे कार्य गुप्तचर करीत असतात किंवा करीत असावेत. शत्रूंच्या छावणीत किंवा मंत्रालयात आणि शासकीय कार्यालयात जाऊन अथवा तेथील माणसे फोडून त्यांना वेगवेगळ्या प्रकारचे आमिष दाखवून ठराविक गोपनीय माहिती प्राप्त करणे,

शत्रूंच्या योजना आणि महत्त्वपूर्ण माहिती हस्तगत करणे हे खरोखरच गुप्तचरांचे कार्य असेल. त्याहीपेक्षा महत्त्वाचे आहे, शत्रूंचे मंत्री, अधिकारी, लष्कर प्रमुख, वृत्तपत्रांचे मालक/संपादक, विरोधी पक्ष नेते यांची देशनिष्ठा नष्ट करणे. त्यांच्या मनातील देशप्रेम नष्ट करणे, त्यांना अंकित करणे. त्यांच्या माध्यमातून देशाला कमकुवत करणे. विद्रोह आणि विश्वासघाताएवढे प्रभावी शस्त्र नाही. राष्ट्राची खरी शक्ती शस्त्रास्त्रे नाही. सैन्य आणि आरमार नाही, तर राष्ट्रभक्ती आहे. या पवित्र भावनेला केवळ स्वार्थ, मतलब, सत्ता, पैसा आणि अधिकारांची प्राप्ती यासाठी कोणालाही विकण्यासाठी तयार होणारा कमकुवत आणि स्वार्थी मनोवृत्तीचा वर्ग निर्माण करणे हे खरे प्रति गुप्तहेरांचे कार्य आहे.

अर्थात त्यासाठी यंत्रणा उभारावी लागते. या कार्यात शत्रुदेशातीलच लोक सामील करावे लागतात. परके आणि विदेशी लोक यासाठी फारसे उपयुक्त नसतात. देशातील अस्वस्थ मनाचे, असंतुष्ट झालेले सत्ताधारी पक्षांच्या विरोधातील, देशाच्या राजकीय व्यवस्थेविषयी संताप असणारे, अन्याय झाल्याची भावना असणारे, कोणावर तरी सूड घेण्याची इच्छा असणारे काही विशिष्ट लाभ मिळावा यासाठी झटणारे आणि आर्थिक किंवा इतर ऐहिक लाभाची तीव्र लालसा असणारे सर्व प्रकारचे लोक या संघटनेत कार्य करण्यासाठी योग्य असतात.

अनेक देश वरवर पाहता विशेष प्रभावी आणि शक्तिशाली वाटतात, पण त्यांची अंतर्गत सुरक्षा पूर्णतः कोसळलेली असते. सत्तांध अधिकारी, लपंट आणि स्त्रैण मंत्री किंवा सत्ताप्रमुख, इतरांच्या संपत्ती आणि अधिकारांवर डोळे ठेवणारे नेते, क्षमतेपेक्षा अधिक महत्त्वाकांक्षा असणारे नीच वृत्तीचे प्रशासकीय व राजकीय नेते या सर्वांनाच आकर्षित करता येते. सुवर्ण मुद्रांचा पाऊस आणि सत्तेत सहभागाचे आश्वासन हाच कोणत्याही देशाला पूर्णतः संपुष्टात आणण्याचा सर्वात प्रभावी मार्ग आहे. आजच्या लोकशाहीवादी शासनव्यवस्थेत राष्ट्रद्रोही आणि देशहिताचा सौदा करणारी व्यक्तीदेखील राष्ट्रप्रमुख होऊ शकते, त्यासाठी योग्य ती किंमत काय ती चुकवायला हवी. आणि म्हणूनच प्रति गुप्तहेर यंत्रणेचे महत्त्व वाढत जाते. आधुनिक गुप्तहेर संघटनेपुढील खरे आव्हान परदेशातील गुप्तहेरांचा शोध घेणे नाही तर स्वदेशातीलच पंचमस्तंभीय आणि राष्ट्रद्रोही व्यक्तींचा आणि कारवायांचा शोध घेणे आहे.

इंग्लंडने या पंचमस्तंभीय कारवायांचा कटू अनुभव वेगवेगळ्या प्रकरणांत अनेक वेळा घेतला आहे. सर्वसामान्य व्यक्तींना हाताशी धरून त्या देशात अशांतता माजविणे, क्षुल्लक प्रकरणांना मोठी प्रसिद्धी देऊन कायदा व सुव्यवस्थेची रेवडी उठवणे,

न्यायव्यवस्थेविषयी संदेह निर्माण करणे, आपल्याला नको असणाऱ्या नेत्याला, अधिकाऱ्याला अपमानित करणे, त्याच्या व्यक्तिगत जीवनातील कुलंगडी आणि भानगडी बाहेर काढणे, ह्या सर्व तंत्राचा ह्या संघटनांद्वारे वापर केला जातो. इंग्लंडने हा अनुभव बऱ्याचदा घेतला आहे. आणि म्हणूनच अगदी निराश होऊन एका राजकीय नेत्याने आपली हताशा व्यक्त करताना म्हटले आहे की, इंग्लंडमध्ये देशाच्या विरोधात खरोखरच किती विविध प्रकारचे पंचमस्तंभीय गट कार्यरत आहेत हे केवळ देवाला आणि के.जी.बी. लाच माहीत.

गुप्तहेर संघटना वास्तवात विविध पातळ्यांवर कार्य करतात आणि कोणालाही चकित करता येईल एवढ्या वैविध्यपूर्ण तंत्राचा वापर करतात. त्या तंत्राची कल्पना केवळ अभिनवच नसते, तर समोरच्या शत्रुपक्षाला त्याचा सहसा अंदाज येऊ नये हाच त्याचा खरा हेतूपण असतो. त्यातील सर्वात सामान्य आणि प्रचलित प्रकार म्हणजे sleepers होय. Sleepers हे गुप्तहेर संघटनेला अडचणीच्या वेळी मदत करणारे नागरिक, सहानुभूती ठेवणारे पण फारसे सक्रिय नसणारे कार्यकर्ते, आणि ठराविक वेळी, विशिष्ट कार्य करू शकणारे घटक असतात. गुप्त माहिती प्राप्त करणे, विशिष्ट व्यक्तीवर पाळत ठेवणे, ठराविक घटना किंवा घटनाक्रमांचा शोध घेणे व नोंद ठेवणे, किंवा रक्कम आणि माहिती गुप्तपणे पोचती करणे यांसारखी कार्ये ते करतात. शत्रुपक्षाच्या सरकारी कार्यालयात, संरक्षणखात्यात ते कार्य करतात. सामान्यपणे वरच्या पदावर कार्य करणारे स्वार्थी, लोलुप अधिकारी, नाराज व नैराश्याने ग्रासलेल्या व्यक्ती विशिष्ट स्थान, पद किंवा सत्ता किंवा पैसा झटपट कमविण्याची महत्त्वाकांक्षा असणारे पदाधिकारी यांना स्लीपर्स म्हणून वापरता येते. आपले काम झाल्यावर त्यांच्याशी संपर्क पूर्णपणे तोडून टाकता येतो, कोणत्याही प्रकारचा परिचय नाही असे भासवता येते. किंवा नवीन व्यक्तीशी संपर्क ठेवता येते. बऱ्याचदा कार्यभाग साधल्यावर अशा स्लीपर्सचा काटापण अलगदपणे काढता येतो.

केजीबीने ह्या प्रकारचा मानवीय स्लीपर्सचा अत्यंत कल्पकतेने वापर केला आहे. साम्यवादाच्या तत्वज्ञानाचे आंधळे आणि आकर्षण असणाऱ्या व्यक्ती मग आपण देशद्रोह करीत आहोत हे विसरून जातात. आपल्या देशाची गोपनीय माहिती शत्रूला देताना आपण क्रांतीच्या कार्यात मोठे योगदान देत आहोत असे त्यांना वाटते. पैशापेक्षाही बऱ्याचदा ही 'तत्वज्ञानाची नशा' अधिक शक्तिशाली आणि मोहमयी असते. 'सर्वहारा क्रांतीसाठी' प्रस्थापितांचा नाश, आणि व्यवस्थेचा विनाश हे तत्व सहजपणे अशा आंधळ्या अनुकरणप्रिय बावळ्यांच्या मनावर ठसविता येते. साम्यवादी रशियाने, तत्वज्ञानाचाच खऱ्या अर्थाने आपले शस्त्र म्हणून वापर

केल्याचे दिसून येते. मग हे अनुयायी, सांकेतिक भाषा, यंत्रे, गुप्तसंदेश पद्धती, छुपे रेडियो यंत्र, संगणकाची भाषा आणि मानवीय गुप्तहेरांच्या आपल्या यंत्रणाचा पूर्ण गौप्यस्फोट करतात. आपल्या राष्ट्रप्रमुखाची आणि इतर पदाधिकाऱ्यांची गौप्य माहिती सहजपणे शत्रूच्या हातात सादर करतात.

कव्हर हा गुप्तहेर रचनेचा दुसरा महत्त्वाचा प्रकार आहे. कव्हर म्हणजे छद्मवेषातील गुप्तचर यंत्रणा होय. आपले अस्तित्व आणि गोपनीयता राखून ही यंत्रणा कार्य करते. संदेशाची व माहितीची देवाण घेवाण, पैसे, मौल्यवान कागदपत्रे, दस्तऐवज यांचे हस्तांतरण करण्यासाठी या तंत्राचा प्रभावीपणे वापर होतो. लेन डिलायटनच्या फ्युनरल इन बर्लिन या कादंबरीत या तंत्राचा विलक्षण पद्धतीने वापर केला आहे. गुप्तसंदेश देण्यासाठी रेडियो संदेश यंत्रणेचा वापर केला आहे. पण हे संदेश व्यक्तीसाठी नाही, तर भाड्याने देण्यात येणाऱ्या टॅक्सीच्या नावाने आहेत. परिणामत: त्याबाबत कोणालाही संशयपण येत नाही.

काँटॅक्ट किंवा संदेशदूत हा गुप्तचर यंत्रणेतील तिसरा प्रकार होय. यामध्ये ठराविक व्यक्ती गुप्तहेर म्हणून कार्य करते. पण तिचे कार्य अत्यंत मर्यादित असते. संदेश, माहिती किंवा पैसे अथवा वाहन पुरविणे, आपल्या गुन्हेगाराची ओळख पटविणे वगैरे. त्यासाठी ठराविक सांकेतिक शब्द, कपडे पेहराव, कार अथवा इमारत यांचा आडोसा वगैरेची मदत घेतली जाते. फॉर युअर आईज ओन्लीमध्ये बाँडला ज्या व्यक्तीला भेटावयाचे असते, ती घनदाट व भरदार मिशाळ ठेवणीची आणि अलेक्झांडर हे मद्य पीत असते. ग्रॅहम ग्रीनच्या कादंबऱ्यांमध्ये एकाच बँक नोटेचे दोन तुकडे करून, ते वेगवेगळ्या व्यक्तीपाशी असणे व त्यांना एकत्र करून ओळख पटविण्याच्या तंत्राचा वापर करण्यात आला आहे.

सांकेतिक भाषा आणि विशिष्ट प्रकारचा संदेश देणारी गुप्तलिपी हे गुप्तहेरांचे महत्वपूर्ण साधन आहे. लेन डिलायटनच्या फ्युनरल इन बर्लिनमध्ये अशा प्रकारच्या सांकेतिक शब्दाचा अत्यंत चपखलपणे वापर केला आहे. त्यातील एक संवाद वरवर पाहता निरुपद्रवी वाटणारा आहे पण तो एक महत्त्वाचा सांकेतिक संदेश आहे.

"I want the latest cricket score" एजंटने डायल करून विचारले.

त्यावर ऑपरेटरने विचारले, आपण कोण बोलत आहात?

त्यावर एजंट उत्तरला, "I have country membership for two years standing - Mr. Dawlish please."

ब्लॅकमेल करणे हे सर्वात महत्वाचे साधन आहे. शत्रुपक्षाच्या प्रमुखांना, नेत्यांना अधिकाऱ्यांना अडचणीत आणणे आणि मग त्यांना हवे तसे वाकविणे हे एक

महत्वाचे तंत्र आहे. रशियन गुप्तहेरांनी आणि के.जी.बी.ने हे तंत्र अत्यंत चपखलपणे वापरले आहे. परदेशस्थ राजदूत, राजनयिक, दौऱ्यावर आणि राजकीय संमेलनासाठी आलेले मंत्री यांना अडचणीत पकडणे, मग त्यांना ब्लॅकमेल करणे ही एक अत्यंत यशस्वी खेळी आहे. 'अशा नेत्यांची शारीरिक, आर्थिक आणि इतर भूक भागविण्यासाठी योग्य त्या व्यक्तीची, निवड करावयाची मग तिचे छुप्या कॅमेऱ्याने चित्रण करून तिला खिंडीत पकडावयाचे व सर्व प्रकारे शोषण करावयाचे हा के.जी.बी.चा हातखंडा खेळ आहे. सर्वत्र समानता आणि शोषणमुक्त राज्यव्यवस्था स्थापन करण्यासाठी अर्थातच कोणाचे तरी प्रथमत: शोषणपण झाले पाहिजे ना!

राष्ट्रप्रेम, देशावर निस्सीम भक्ती आणि राष्ट्रहितासाठी प्राणांचाही त्याग करावयाची तयारी यामुळेदेखील अनेक तरुण या गुप्तहेराच्या पेशाकडे वळतात. राष्ट्र म्हणजे केवळ जमीन नाही, एक भूमीचा छोटासा तुकडा नाही, तर जनतेच्या मनात तेवत असणारी एक प्रखर भावना आहे. सर्वच देशांत राष्ट्रभक्त असतात. काही कमी काही अधिक पण या राष्ट्रप्रेमाची जिथे योग्य अभिव्यक्ती होते, तो देश धन्य होय. जेथे राष्ट्रप्रेम हा गुन्हा मानला जात नाही, राष्ट्र हीच स्फूर्ती, आणि राष्ट्र हीच प्रेरणा मानली जाते तेथे धाडसी साहसी व तडफदार तरुण गुप्तहेर निर्माण होतात.

आदर्शवाद आणि ठराविक तत्वज्ञानाशी बांधिलकी हेदेखील गुप्तहेराच्या निर्मिती मागील एक प्रमुख कारण आहे. विशिष्ट तत्वज्ञानाप्रती आकर्षण, गोडी आणि बांधिलकी यांमुळे देखील अनेक युवक गुप्तहेराचा पेशा स्वीकारतात. सोव्हिएत रशियातील साम्यवादाचे मनोहर चित्रण अनेकांना आकर्षित करीत होते. त्यासारखी राज्यव्यवस्था आपल्या देशात यावी (!) यासारख्या विचारांनी प्रेरित झालेले युवक गुप्तहेराच्या पेशाकडे वळलेले दिसतात. सोव्हिएत रशियातदेखील ह्या विचारसरणीप्रती आंधळी निष्ठा गुप्तहेरांच्या निर्मितीस कारणीभूत ठरल्याचे दिसून येते. गौझेन्को हा रशियन गुप्तहेर रशियातून कॅनडात पळून आला. त्यावेळी, त्याचे अध्ययन, करण्यात आले. आंधळी राष्ट्रनिष्ठा, आणि साम्यवादावर अतूट प्रेम या दोन कारणांसाठी तो गुप्तहेर झाल्याचे त्यातून निष्पन्न झाले. गौझेन्कोने कॅनडातील लोकशाही यंत्रणा आणि निष्पक्ष निवडणूका पाहिल्यावर त्याला आश्चर्याचा धक्काच बसला. अशा प्रकारची यंत्रणा अस्तित्वात असू शकते यावर त्याचा विश्वासच बसत नाही.

शांतता आणि जागतिक समानतेसाठी जगभर ज्या अनेक संघटना कार्य करीत असतात त्यांपैकी काही संस्था बुरखा घालून आपले मूळ अस्तित्व लपविणाऱ्या साम्यवादी संघटना असतात. जॉर्ज ऑर्वेलने आपल्या १९८४ या कादंबरीत

शांतिदूताच्या या सर्वांगीण अस्तित्वाची व कार्याची मोठी रेवडी उडवली आहे. शांतीची घोषणा करणारे, आणि समतावादी लोकव्यवस्थेची ग्वाही देणारे साम्यवादी सत्तेत्त आले की सर्वप्रथम लोकशाहीचा आणि नंतर न्याय, समता व शांतीचा पूर्ण वध करतात हे ह्या आदर्शवादाच्या मृगजळांमागे धावणाऱ्या युवकांच्या लक्षात येत नाही. आणि मग त्यातूनच साम्यवादाला बळ देणाऱ्या गुप्तहेरांची निर्मिती होते.

परंतु पंचमस्तंभीय कारवाया करणाऱ्या साध्या व्यक्ती मात्र पैशाच्या आमिषाला सहजपणे बळी पडतात. सरकारी कार्यालयातील कर्मचारी, अधिकारी मंत्र्याचे सचिव, मंत्री, सनदी अधिकारी, लष्करी अधिकारी, वृत्तपत्रांचे संपादक व मालक या सर्वांनाच ठराविक काळाकरिता पैशाच्या मोहात पाडून खरीदता येते. गुप्तहेराचे कार्य अधिक प्रभावी व्हावे यासाठी अनेक सनदी अधिकाऱ्यांना माहिती पुरविण्यासाठी उत्तेजन देण्याची योजना बनविण्यात येते. त्यासाठी पैशाचा प्रलोभन म्हणून सातत्याने वापर करण्यात येतो.

प्रेम आणि काम हे दुधारी शस्त्र आहे. चांगल्या गुप्तहेरांची निवड करण्यासाठी किंवा त्याला फशी पाडण्यासाठी यौवन आणि सौंदर्यासारखे दुसरे साधन नाही. ट्विंकल ट्विंकल लिटील स्टार या लेन डिलायटनच्या कादंबरीतदेखील गुप्तहेराला हीच समस्या भेडसावत असते. आपण प्रेमात पडलो आहोत. आपण आता रहस्यांचे आणि गोपनीयतेच्या शपथेचे पालन करण्यात समर्थ राहू काय? ग्रॅहम ग्रीनच्या 'दि ह्युमन फॅक्टर'मधील कॅसला या पात्रापुढील खरे आव्हान हेच आहे. आपल्या प्रिय पात्राचे काय करावयाचे ? आपली गुपिते प्रेमपत्रांना कळत नकळत सांगणे हे स्वाभाविक आहे. त्या माहितीचा कोणता व कसा वापर होईल हा त्या मोहक आणि फसव्या क्षणाला अंदाज बांधता येत नाही. आणि नंतर फक्त पश्चात्तापच काय तो राहतो.

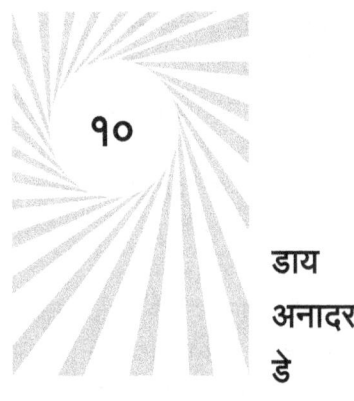

१०

डाय अनादर डे

जेम्स बाँड हा साहित्यिक क्षेत्रातील आणि चित्रपटसृष्टीतील एक चमत्कार मानला पाहिजे. एखादा लेखक एका गुप्तहेराचे पात्र निर्माण करतो आणि त्यावर सातत्याने ५०वर्षे चित्रपट निर्मिती होते हे खरोखरच आक्रीत आहे. केवळ पाच दशकं चित्रपट निर्मितीच होत नाही, तर त्यासोबतच नवीन नवीन नायक त्या महान गुप्तहेराची भूमिका करण्यासाठी तयार आहेत व प्रत्येक चित्रपट हा यशाच्या नवीन पायऱ्या चढत आहे हे एक अत्यंत दुर्मिळ दृश्य आहे. परंतु बाँडच्या कादंबऱ्या आणि चित्रपट या दोन्ही माध्यमांनी ते साध्य केले आहे. कोणत्याही कलाकृतीच्या यशाचा मूलभूत आधार नावीन्य, सृजनात्मकता आणि स्वयंपूर्णता हा असतो. बाँडच्या कादंबऱ्यांमधून फ्लेमिंग यांच्या या तिन्ही साहित्यगुणांचे विपुल दर्शन झाले. इआन फ्लेमिंग यांनी एकंदर बारा कादंबऱ्या लिहिल्या. कॅसिनो रॉयलने सुरू झालेला हा बाँडचा प्रवास अजूनही सतत चालूच आहे. फ्लेमिंगचे यश केवळ एकाच शब्दात व्यक्त करता येईल अपूर्व ! फक्त अपूर्वच.

२८ मे १९५३ साली पहिली बाँडची कादंबरी प्रकाशित झाली. कॅसिनो रॉयल, तेथूनच बाँड कथांचा एक सिलसिला सुरू झाला. कॅसिनो रॉयल हा एक नवा प्रयोग होता. प्रति गुप्तहेराने आपल्या शत्रूचा रहस्यभेद करणे आणि त्याचे पाताळयंत्री कारस्थान उद्‌ध्वस्त करणे. कॅसिनो हा एक यशस्वी आणि प्रभावी प्रयोग होता. अर्थात बाँडच्या रूपातून एक नवी कल्पना, नवे कथानक व नवा रहस्यकथेचा साचा उदयास आला. कोणतीही नवीन गोष्ट, नवा प्रयोग यशस्वी झाला की त्याचे अनुकरण

रूपांतर आणि नक्कल होणे स्वाभाविक असते. होम्स, टारझन, फादर ब्राउन ही त्याची उदाहरणे हा याचा एक महत्त्वाचा पुरावाच आहे. बाँडची त्याच्या मूळ स्वरूपात आणि सुधारित किंवा परावर्तित स्वरूपात नक्कल करण्याची प्रेरणा त्यामुळे झाली हे काही आश्चर्यजनक नाही.

फ्लेमिंग यांनी जेम्स बाँडला मध्यवर्ती पात्र किंवा नायकत्व देऊन बारा कादंबऱ्या लिहिल्यात. त्यांतली शेवटची कादंबरी फ्लेमिंगच्या मृत्यूनंतर सहा महिन्यांनी प्रकाशित झाली. तिचे नाव होते दी मॅन वुइथ द गोल्डन गन. त्यांनी बाँडच्या दोन लघुकथा लिहिल्या होत्या. त्यांची लांबी पर्याप्त नव्हती म्हणून त्यांना एकत्रित करण्यात आले. ह्या कथा १९६१ व १९६२ साली लिहिल्या होत्या. पण त्यांचे प्रत्यक्ष प्रकाशन मात्र १९६६ साली झाले. यानंतर फ्लेमिंगने लिहिलेली आणखी एक बाँडकथा प्राप्त झाली. दी प्रॉपर्टी ऑफ ए लेडी. या कथेमुळे बाँडची एक वेगळी प्रतिमा वाचकवर्गात निर्माण झाली.

फ्लेमिंगच्या मृत्यूनंतर (इ.स. १९६४) बाँड संपला असे वाचकवर्गाला वाटले. 'बाँड फिनामिना इज ओव्हर' अशा प्रकारची धारणा सर्वत्र झाली. परंतु प्रत्यक्षात बाँडवरचे वाचकांचे प्रेम कमी झाले नव्हते. बाँड हा विचार होता. एक दृष्टिकोन आणि विचारसरणी होती. परिणामत: लेखकाचा मृत्यू म्हणजे नायकाचा शेवट नाही हे लक्षात घेतले पाहिजे. इआन फ्लेमिंगचा मृत्यू झाला. निर्माता संपला पण मानसपुत्र मात्र जिवंत होता.

फ्लेमिंगच्या मृत्यूनंतर दोन वर्षांनी रहस्यकथालेखक किंग्सले अमिस यांनी बाँड कथा पुन्हा लिहिण्यास सुरुवात केली. हा एक अभिनव प्रयोग होता. किंग्सले अमिस हे एक प्रतिथयश रहस्यकथालेखक होते. समीक्षक आणि कादंबरीकार होते. त्यांनी दी अँटी डेथ लिंग ही कादंबरी यापूर्वी लिहिली होती. ती चांगलीच गाजली होती. अमिस यांनी रॉबर्ट माखरम या टोपन नावाने बाँडकथा लिहिणे सुरू केले. त्यांची पहिली कादंबरी 'कर्नल सन' फ्लेमिंगच्या शैलीची सहीसही नक्कल होती. तिचे वाचकांनी व समीक्षकांनी स्वागतच केले. अमिस यांच्या रूपात एक नवा बाँडलेखक पुढे आला असे वाचकांना वाटले. ती बाब सर्वांना सुखद आणि आनंदाची होती. पण अमिस यांनी वाचकांच्या पदरी निराशाच टाकली. दुसरी बाँडकथा त्यांनी लिहिली नाही. त्यानंतर अनेकांनी बाँडकथा लिहिण्याचा मानस व्यक्त केला. पण कोणीही तो शेवटापर्यंत नेऊ शकले नाही. १९८१ मध्ये इंग्लिश लेखक जॉन गार्डनर यांनी पुनश्च बाँडकथांना नवा उजाळा दिला. त्यांची लायसन्स रिन्यूड ही कादंबरी प्रकाशित झाली. गार्डनरचा प्रयोग खरोखरच अभिनव होता

आणि तो यशस्वीपण झाला. प्रारंभिक काळात गार्डनर यांच्या कादंबऱ्यांना चांगला प्रतिसाद मिळाला. १९९६ साली गार्डनर यांनी शेवटची बाँडकथा लिहिली कोल्ड, आणि आपल्या बाँडच्या साहित्यप्रवासाला पूर्णविराम दिला.

१९९७ साली रेमंड वेन्सन या अमेरिकन लेखकाने पुन्हा एकदा बाँडला पुनर्जन्म दिला. दी जेम्स बाँड बेडसाइड कम्पॅनियन या नावाचे त्याचे पुस्तक भलतेच रंजक होते. एजंट ००७ ची साहसयात्रा त्याने पुन्हा सुरू केली. मनाच्या खोल कोपऱ्यातील शेवटच्या स्टेशनवरून बाँडचा प्रवास पुन्हा सुरू झाला. प्ले बॉय मासिकाने बाँडच्या कथा छापण्याचे ठरविले. त्यानंतर बेन्सन यांनी संपूर्ण लांबीची बाँड कादंबरी झीरो मायनस टेन लिहिली. १९९७ साली ती प्रकाशित झाली. तिचे सर्वत्र स्वागत झाले. कारण पुस्तकाची शैली सहीसही फ्लेमिंगची होती. बाँड वाचकाला आपण पुन: प्रत्ययाचा आनंद घेत असल्याची अनुभूती झाली. बाँडची कामगिरी, पुस्तकातील जेवण, मेनू, रेसकोर्स, कॅसिनो व जुगारांचे वर्णन तंतोतंत फ्लेमिंग शैलीतील होते. बाँडच्या स्वभावाचे, वागण्याचे, त्याची कामक्रीडा या सर्वांची वर्णन अगदी फ्लेमिंग शैलीची आठवण करून देणारे होते. टुमारो नेव्हर डाईज या बाँडपटाची पटकथा पण बेन्सन यांनीच रचली होती. १९९८ मध्ये त्यांनी दुसरी बाँड कादंबरी सादर केली दी फॅक्ट्स ऑफ डेथ. तिचेपण विशेष स्वागत झाले.

बाँडच्या कादंबऱ्या हा एक नवा प्रवाह होता. त्यांची गोडी, रोचकता आणि रंजकता विविध कारणांनी होती. बाँडच्या कथा ब्रिटिश गत वैभवाचे स्मारक होत्या. साहस आणि स्वायीभावी ब्रिटिश वृत्तीचे ते साहित्यिक प्रतीक होत्या. डाव्या विचारसरणी आणि साम्यवादांविरुद्धचा तो एक आक्रमक साहसी लढा होता. पाश्चिमात्य उपभोग संस्कृती, आधुनिक व मुक्त विचारसरणीचा तो खुला पुरस्कार होता. बाँडच्या कादंबरीमधील श्रृंगार आणि काम उन्नत दर्जाचा होता. त्यातील वर्णने रम्य आणि वाचनीय होती. त्यात भडकपणा किंवा बटबटीतपणा नव्हता. बाँड हे एका विजिगिषु अजेय वृत्तीच्या नायकाचे प्रसन्न दर्शन होते. आणि म्हणूनच बाँड कथानके श्रेष्ठ होती. ती कामचलाऊ आणि तात्कालिक स्वरूपाची होती. बाँडच्या साहित्यिक यशाची आणि फ्लेमिंगच्या शैलीची ही बाजू महत्त्वाची असते.

बाँडच्या कादंबऱ्या चित्ताकर्षक कथानके आणि रहस्यरंजन हा चित्रपटाचा विषय होणे अपरिहार्य होते. त्यावर चित्रपटनिर्मात्यांचे, आणि विशेषत: हॉलीवुडच्या बाजीगर चित्रपतींचे लक्ष गेले नसते तरच नवल. बाँडच्या कॅसिनो रॉयलचे हक्क चार्ल्स फेल्डमन यांच्यापाशी होते. त्यांना या कथेवर चित्रपट काढावयाचा होता. परंतु त्यामध्ये बऱ्याच अडचणी आल्यात. बाँडपटाची कुळकथा जाणून घेणे येथे उचित होईल.

त्यानंतर डीन मार्टीनचे चित्रपट गाजलेत. मारधाड करणाऱ्या आणि तुफान हाणामारी व रोंगटे खडा करनेवाल्या डीन मार्टीनचे चित्रपट प्रेक्षकांचे लाडके होते. बाँडचे चित्रपट येण्यापूर्वी दोन प्रकारचे रहस्यपट तयार होत असत. दि हाउस ऑन नाइंटी सेकंड स्ट्रीट सारखे कलात्मक व दर्जेदार चित्रपट किंवा डीन मार्टीनचे मार-धाडसे भरपूर असलेले चित्रपट, बाँडपट या दोन्ही श्रेणीत समाविष्ट होणारा चित्रपट नव्हता.

बाँडपटाचा खरा प्रभाव सुरू होण्यापूर्वीच १९५४ साली फ्लेमिंग यांनी कॅसिनो रॉयल या कादंबरीचे हक्क चित्रपट व टीव्ही सिरियल संदर्भातील सर्वाधिकारांची विक्री केली होती. परिणामत: सीबीएस शोमध्ये कॅसिनो रॉयलचे ध्वनिक्षेपण झाले. १९५४ साली बॅरी नेल्सनने जेम्स बाँडची तर चार्ल्स बेनेटने शिफ्रेची भूमिका अदा केली होती. रेडिओवरील हे ध्वनिक्षेपण व कार्यक्रम चांगलाच यशस्वी झाला. फ्लेमिंग आणि त्यांचा धनाढ्य मित्र आयव्हर ब्राईज यांनी कॅसिनो वर चित्रपट काढावयाचे ठरविले. त्या चित्रपटाला मायकेल टॉड व जॉन ह्युस्टनसारखे नामवंत चित्रपटकार सहाय्यपण करणार होते. अर्थात हा प्रकल्प प्रत्यक्षात उतरलाच नाही.

फ्लेमिंगला यापूर्वीच चित्रपटासाठी बाँडवर काम करावयाचे होते. त्याने कॅसिनो रॉयलचे हक्कपण विकले होते. स्वत:पण चित्रपट निर्मितीचा विचार केला होता. अर्थात त्यात फारसे काही हाती घावले नव्हते. हॅरी आणि कब्बी यांना खरोखरच बाँडपटामध्ये रुची आहे का ? हे पाहण्यासाठी इआनने आपण कादंबरी हक्क १,००,००० डॉलर्सना विकण्यास तयार आहोत असे सांगितले. त्याशिवाय ५,००० डॉलर्स वेगळे चित्रपटाच्या नफ्यातून लागतील. कोणीही ती अवाढव्य मागणी नाकारली असती. इआन हा स्वत: जुगारी वृत्तीचा होता. या दोघांना चित्रपट निर्मितीत व बाँडकथेत किती रुची आहे हे पाहण्यासाठीच त्याने ह्या अवाढव्य मागणीचा फासा फेकला होता. ह्या तगड्या डावावर बाजी लावणारी माणसे अस्सल जिगरबाज असतील याची त्याला खात्री होती आणि खरेच ठरले. त्या दोघांनी पटकन होकार दिला. एक अनपेक्षित आणि सुखद घटना असा उल्लेख फ्लेमिंगने त्या मुलाखतीबाबत केला आहे. बाँडवर चित्रपट निर्माण करण्यासाठी इतरही अनेक लोकांनी तत्परतेने प्रयत्न केले होते. त्यांत डेव्हिड पिकर, रॉबर्ट बेंजामिन आणि वुल्फ मॅन्कोविव्हचा समावेश होता. या थरारपटांचे हक्क इतर कोणालाही मिळू नये यासाठी हॅरी आणि ब्रोकोली यांनी झटपट भागीदारीचा करार केला. प्रत्येकाला समान भाग मिळेल, ताबडतोब इआन सोबत सौदा करायचा यासाठी त्यांनी धावपळ केली.

बाँडच्या निर्मितीच्या वैधानिक आणि इतर अटी पूर्ण होणे हा अगदीच प्रारंभिक भाग होता. चित्रपटनिर्मिती हे अत्यंत अवघड काम होते. हॅरीला आता बी ग्रेडचे सुमार देमार चित्रपट करायचे नव्हते. तर ब्रोकोली हा विलक्षण जाणिवेचा महत्वाकांक्षी व्यक्ती होता. परिणामत: दर्जेदार आणि प्रभावी चित्रपटनिर्मितीचे स्वप्न दोघेही पहात होते. फ्लेमिंगला देखील आपला मानसपुत्र पडद्यावर प्रभावीपणे झळकावा असे वाटत होते. बाँड पडद्यावर कसा असावा याचे एक चित्र फ्लेमिंगच्या डोळ्यापुढे होतेच. त्याच्याकरिता बाँड पाश्चिमात्य संस्कृतीचा चालते बोलते आणि विलक्षण प्रतीक होता. तो उंची कपडे घालतो, अत्यंत रुबाबदार दिसतो. भपकेबाजपणे आपले व्यक्तिमत्व लोकांपुढे आणतो. विजयाची भावना आणि इतरांना अंकित करण्याची तीव्र ऊर्मी त्याच्या नजरेत आहे. तो तारुण्य, मार्दव, लाघवी स्वभाव, सुसंस्कृत वृत्ती, परंपरामुक्त, कामभावना, स्थैर्य पराक्रम व जेतेपणाची भावना या सर्वांना एकत्रित केलेले प्रभावी संतुलित मिश्रण आहे. आधुनिक पश्चिमेचा तरुण सुंदर आणि आकर्षक चेहरा आहे. भांडवलवाद, बाजारपेठ तंत्र, आणि साम्राज्याची कांक्षा करणाऱ्या नव्या 'युरो संस्कृतीचे' बाँड हे सर्वमान्य चलन आहे. त्याला कोणीही विरोध करू नये, त्याचे मांडलिकत्व सर्वांनी स्वीकारावे असे हसरे, सदाहरित आणि वैभवी व्यक्तिमत्व आहे जेम्स-जेम्स बाँड.

बाँडचा पडद्यावरचा अवतार, कंटाळवाणा, शब्दबबाळ होऊ नये, तर तो सहज लक्षात राहणारा असावा ही अपेक्षा होती. फ्लेमिंग यांच्या कादंबऱ्यांत लांबच लांब वर्णने होती. दिलखेचक पण मोठे संवाद होते. परंतु बाँडचे संवाद सोपे असावेत सहज लक्षात राहणारे चटपटीत आणि आवडणारे असावे ही कल्पना साल्झमनची होती. परिणामत: डॉ. नो या चित्रपटात अगदी पहिल्याच दृश्यात बाँड आपली ओळख करून देतो. विलक्षण साध्या शब्दात पण सर्वांनाच लक्षात रहावी अशी ती ओळख आहे.

Bond, James Bond.

हा तीन शब्दांना नंतर रुपेरी पडद्यावरील अमर वाक्याचा दर्जा प्राप्त झाला. चित्रपटाच्या इतिहासातील एक अत्यंत प्रभावी व संस्मरणीय संवाद म्हणून या वाक्याचा उल्लेख केला जातो.

बाँडपटाचे यश हा हॉलीवुडमध्ये चर्चेचा आणि नकलेचा विषय राहिला. यशाचे पितृत्व तर सर्वच घेतात. पण त्याचे पुत्रत्व स्वीकारणारे पण काही कमी नसतात. बाँडपटाची विविध प्रकारे नक्कल करण्यात हॉलीवूड निर्मात्यांनी मागेपुढे पाहिले नाही. सारे दशक बाँडसारख्या धाडस व साहसप्रधान चित्रपटांचे दशक होते. सर्वच चित्रपट सुमार आणि देमार होते असे नाही पण बरेचसे अगदीच भिकार होते

केवळ नक्कलकरून गल्लाभरू वृत्तीच्या निर्मात्यांनी या चित्रपटाची निर्मिती केली. स्पाय इन युअर आय, सीक्रेट एजंट फायर बॉल, 'बँग बँग यू आर डेड' यांसारख्या शीर्षकावरून चित्रपटांचा दर्जा व स्वरूप लक्षात येते. बाँडच्या यशात हात धुवून घेण्यासाठी सीन कॉनरीच्या भावाला घेऊनदेखील एक चित्रपट तयार करण्यात आला होता ऑपरेशन किड ब्रदर. अर्थात प्रेक्षकांना चांगल्या वाईटाची परीक्षा करण्याचा नीरक्षीरविवेक असतो ही बाब समाधानाची मानली पाहिजे. कारण या सर्वच देमार रहस्यपटांना व साहसपटांना अपेक्षित यश प्राप्त झाले नाही. अर्थात त्यात काही सन्मान्य अपवाददेखील होते.

इआन फ्लेमिंगच्या सहाय्याने आणि प्रेरणेने तयार झालेली बाँडपटासारखी दुसरी साहसमालिका म्हणजे या नावाची संघटना दुष्ट अतिरेकी आणि दहशतवादी गटांचा नाश करण्यासाठी अशाप्रकारे याचे वेध चित्रण असणारी ही मालिका बरीच गाजली. त्यातील नायकाचे नाव होते नेपोलियन सोलो. नॉर्मन फेस्टन या निर्मात्याने फ्लेमिंगच्याच सहाय्याने चित्रमालिकेची निर्मिती केली. त्यातील दहशतवादी संघटनेचे नाव UNCLE असे होते. त्यानंतर या मालिकेतील प्रसंगांवरच अनेक चित्रपटपण तयार झालेत आणि ते गाजलेत पण. जेम्स बाँडची भूमिका करणाऱ्या जॉर्ज लेझन्बीने यात नायकाचे नेपोलियन सोलोचे काम केले होते.

१९५० या दशकात बाँडसारखेच प्रसिद्ध झालेले एक कथानक व त्याचा नायक म्हणजे मॅट हेल्म. डोनाल्ड हॅमीस्टनच्या कथानकांवर आधारित या चित्रपटाच्या व कथानकाच्या नायकाचे नाव होते मॅट हेल्म. इंग्रजी कादंबऱ्यामध्ये मॅट हेल्मला नायक म्हणून सादर करण्यात आले. प्रती बाँडपट म्हणजे बाँडपट नाही. परंतु डीन मार्टिन या नटाने या चित्रपटांना यशाची चव चाखण्याची संधी दिली. 'आईस' या नावाच्या संघटनेचा प्रतिनिधी असणारा नायक शत्रूचा अगदी बाँडपद्धतीनेच नायनाट करतो. सायलेन्सर, मर्डरर्स रो, दी ॲम्बुशर्स आणि दि रेकींग क्रू या चार चित्रपटांची त्यातून निर्मिती झाली. त्यापैकी फक्त दि सायलेन्सर हाच काय तो प्रेक्षकांच्या लक्षात राहिला.

आय स्पाय ही रहस्यरंजनप्रधान टी. व्ही. मालिका १९६५ ते १९६८ या काळात गाजली. तिची प्रेरणापण अर्थातच जेम्स बाँड होता. वरवर पाहता टेनीसपटू असणारा केली रॉबिन्सन हा प्रत्यक्षात अमेरिकन गुप्तहेर असतो आणि तो आपल्या करामती व बुद्धिचातूर्यानी शत्रूचा नि:पात करतो हे दर्शविणारी ही मालिका बरीच गाजली. १९६५ ते १९६८ या काळात अमेरिकन टीव्हीवर ही मालिका यशस्वी झाली.

हॅरी पामर हा बाँडचा बुद्धिमान आणि कुशाग्र अवतार. तो एक चलाख गुप्तहेर आहे. परंतु बाँडसारख्या मदनबाणाचा आणि पिस्तुलांचा वापर करणारा नाही.

लेन डिलायटनच्या या नायकाने चांगलेच यश संपादित केले. लेनने हॅरी पामर हा गुप्तहेर आपल्या कादंबरीचा नायक म्हणून विशेष कौशल्याने निर्मिला होता. त्याची पहिली कादंबरी होती दी इपक्रेस फाइल (१९६५) नावाचा गाजलेला चित्रपट तयार झाला. त्यात मायकेल केनने काम केले होते. त्यानंतर फ्युनरल इन बर्लिन, बिलियन डॉलर ब्रेन व बुलेट फ्रॉम बेजिंग यांसारख्या कादंबऱ्या व त्यावर आधारित चित्रपट बरेच गाजलेत.

बॉंडच्या धर्तीवरचा अगदी अलीकडचा नवा नायक म्हणजे स्टीव्हन हील. हा आय एम एफ (IMF - Impossible Mission Force)चा नायक आहे. तो अतर्क्य वाटणाऱ्या करामती करतो आणि देशहिताचे रक्षण करतो. अर्थात टॉम क्रूझ या अभिनेत्याच्या दमदार अभिनयामुळे हे मिशन इमपॉसिबल बेच सक्सेसफूल राहिले.

याशिवाय दि ट्रान्सपोर्टरमध्ये झांडार नावाचा नायक असणारा ट्रिपल एक्स हे सांकेतिक नाव घेणारा गुप्तहेर, हा पण बॉंडचा नवा अवतार आहेच. रॉजर मूरचा व्हँजेट आणि पर्स्युएडर हे चित्रपटपण बॉंडपटाची नक्कलच होते. केवळ एका नायकाच्या कथानकाने प्रेरित होऊन एवढ्या नकला आणि दुय्यम दर्जाचे चित्रपट होणे हे बॉंडचे खरे यश मानले पाहिजे. बॉंडपट हा केवळ जेम्सपर्यंत मर्यादित न राहता इतरांना त्याची नक्कल करावी असे वाटले व वारंवार त्याची नक्कल झाली, होत आहे हेच बॉंडचे खरे अभूतपूर्व यश आहे.

चित्रमालिका आणि कॉमिक्स या माध्यमातूनदेखील बॉंडचे दर्शन होणे अपरिहार्य होते. १९५० च्या दशकात दि डेली एक्सप्रेस या वृत्तपत्राने बॉंडची मनोरंजक चित्रमालिका (Comic Strinp) सुरू केली. डॉ.नो प्रदर्शित झाल्यावर चित्रमालिकेचा हा उपक्रम अत्यंत जोमाने सुरू झाला. प्रथमत: डॉ. नो व त्यानंतर कॅसिनो रॉयल व गोल्डफिंगर या कथानकांवर चित्रमालिका तयार झाल्यात. त्या सर्वच विशेष गाजल्यात. सिन कॉनरीला डोळ्यापुढे ठेवून मालिकेचे चित्रदर्शन झाले होते. परिणामत: बॉंड म्हणजे सीन कॉनरी हा समज सहजपणे प्रस्थापित झाला.

बॉंडच्या यशाची भुरळ इतर निर्मात्यांना होणे स्वाभाविक होते. १९६७ मध्ये चार्ल्स फेल्डसन ने कॅसिनो रॉयलवर एक प्रहसन व व्यंगपट काढावयाचे ठरविले. खरे तर फेल्डमनपाशी कॅसिनोचे सर्व हक्क होते. पण त्याला साल्झमन वर सूड उगवायचा होता. त्याने बॉंडला चेष्टेचा विषय करायचे ठरविले होते. त्यासाठी त्याने कॅसिनोच्या कथानकाची रेवडी उडविणारे आणि चेष्टा करणारे व व्यंगोक्तीने परिपूर्ण कथानक तयार केले. त्यावर आधारित कथानक तयार केले. त्यावर आधारित चित्रपटात पिटर सेल्स, डेव्हिड निवेन, ऑर्सन वेल्स, वुडी ॲलन, जॉन ह्युस्टन व विल्यम होल्डन या गाजलेल्या नटाचा समावेश होता. परंतु चित्रपटाची

सुरुवातच कुमुहूर्तावर झाली. त्याच्या कथानकात अनेक बदल झाले. पाच वेळा त्याचे दिग्दर्शक बदलले आणि अखेर प्रदीर्घ काळानंतर हा चित्रपट प्रदर्शित झाला व पडला. बाँडला हास्यास्पद करण्याच्या प्रयत्नात फेल्डमन स्वत:च हास्याचा विषय झाला. परंतु बाँडच्या नावाने व कॅसिनो रॉयल या शीर्षकाचा फायदा त्याला मिळाला. चित्रपट तोट्यात गेला नाही.

बाँड अशाप्रकारे पाश्चात्य संस्कृतीचा मानदंड बनला. साहित्य, चित्रपट आणि मनोरंजनाचे विश्व त्याने पादाक्रांत केले होते. त्या विक्रमी यशाचे अभिनंदन विविध प्रकारे होणे स्वाभाविक होते. १९९३ मध्ये बाँडच्या चाहत्यांचा पहिला मेळावा आयोजित करण्यात आला. त्याचे नाव होते 'स्पाय फॅन्स क्लब'. १९९४ मध्ये लॉस एजंलिसमध्ये बाँडच्या चाहत्यांचा एक भव्य मेळावा झाला. त्यात बाँडच्या जुन्या स्मृती जागविणाऱ्या शेकडो अभिलेखांचे व स्मृतिचिन्हांचे प्रदर्शन आयोजित करण्यात आले होते. बाँडच्या चित्रपटात काम केलेल्या सर्व जुन्या नटांना येथे आमंत्रित करण्यात आले होते. त्यावेळी गोल्डन आय पुरस्कार अल्बर्ट ब्रोकोली यांना देण्यात आला. इआन फ्लेमिंग फाउंडेशन या संस्थेने बाँडशी संबंधित असणाऱ्या अनेक कलाकारांचा, दिग्दर्शकांचा हृदयस्पर्शी गौरवसोहळा आयोजित केला.

पाइनवुड ह्या स्टुडिओत बाँडच्या बहुसंख्य चित्रपटांचे चित्रीकरण झाले. बाँडशी संबंधित अनेक घटना या स्टुडिओत आहेत. यामुळे जेम्स बाँड फॅन क्लबने या स्टुडिओच्या सौजन्याने अनेक उत्सवांचे आयोजन केले आहे. जेम्स बाँडचे एक चालते फिरते प्रदर्शन या स्टुडिओने आयोजित केले. ००७ स्टेज या नावाने प्रदर्शन अत्यंत आकर्षक आहे. बाँडपटातील अनेक प्रसंगाची दृश्ये आणि पात्रे, वस्तू व घटनांचे आकर्षक आयोजन या प्रदर्शनात केले आहे.

बाँड संबंधित माहिती देणाऱ्या आणि बाँडच्या स्मृतीचे जतन करणाऱ्या वेबसाइटसदेखील आता तयार झाल्या आहेत. या वेबसाइटस विविध प्रकारच्या लोकांनी एकत्रित येऊन तयार केल्या आहेत. बाँडचे चाहते, निर्माते, प्रेक्षक, कलाकार, सहयोगी या सर्वांचे त्यात सहकार्य लाभले आहे. या वेबसाइट वरून बाँडबद्दलची अद्ययावत माहिती दिली जाते. बाँड संबंधित घडामोडीची माहिती देणारे ००७ मॅगझिन या नावाचे मासिक पण प्रकाशित केले जाते.

इआन फ्लेमिंग त्यांच्या इआन फ्लेमिंग फाउडेशन द्वारे इआन फ्लेमिंग ओआरजी (ianfleming.org) या नावाची वेबसाइट तयार करण्यात आली आहे. फाउंडेशनद्वारे काढण्यात येणारे गोल्डन आय नावाचे मासिक या वेबसाईटवर पाहता येते. फ्लेमिंगच्या चरित्राबाबत, लिखाण आणि व्यक्तिमत्त्वाबाबतची अद्ययावत माहिती या वेबसाइटवर आहे.

११

गोल्डन आय

स्थळ - जमैका - एक निवांत जागा. इआन फ्लेमिंग त्या रम्य परिसरात रहात होता. बरेच दिवसांपासून त्याच्या मनात कल्पनांचा लपंडाव सतत सुरू होता. एक महानायक श्रेष्ठ हिरो जन्मास घालण्याच्या नादात तो वेगवेगळ्या कथानकांची रचना करून पहात होता. वेगवेगळ्या प्रकारे एखादी कथा कशी लिहिता येईल यावर विचार करीत होता. परंतु त्याच्या मनातील विचार अजूनही अमूर्तच होते. त्यांना योग्य आकारच येत नव्हता. त्याच्या कल्पना हव्या तशा उमटतच नव्हत्या. आपल्या मनातील नायकाला आणि कथानकाला योग्य रंगरूप देणारा, ठराविक आकार देणारा कथेचा बाज त्याला सापडला होता. त्याच्या कल्पनेला आता कथेचे रूप येणार होते. तो टाइपरायटरसमोर बसला, काही कागद त्याने समोर ओढले आणि कथेचे नाव टाइप करावयाचे ठरविले. टाइपरायटरवरचे शब्द होते रॉयल. कथेचे नाव त्याच्या मनात आले कॅसिनो रॉयल. फ्लेमिंगच्या टेबलावर एक पुस्तक होते बर्ड्स ऑफ कॅरेबियन कंट्रीज आणि लेखकाचे नाव होते जेम्स बॉंड. झाले मग नायकाला नाव मिळाले जेम्स बॉंड. एक प्रवासी बस त्याच्या घरासमोरून रोज जात असे. तिचा लाल, पिवळा रंग आणि वेगवान वळण घेण्याची लकब त्याला आवडायची. त्या बसचा क्रमांक होता ००७. तोच मग क्रमांक ठरला. बॉंडच्या सांकेतिक जीवनाचा- त्याच्या गुप्तहेराच्या कामगिरीसाठी त्याला मिळालेला खास क्रमांक -००७. महानायकाचा जन्म होणारा महान क्षण फ्लेमिंगला गवसला होता.

इआन व्हॅलेंटाइन फ्लेमिंग हा एक भाग्यवान आणि वैविध्यपूर्ण आयुष्य

जगणारा पुरुष होता. त्याचे वडील ब्रिटिश आर्मीत मेजर होते. पहिल्या महायुद्धाची तीन वर्षे मेजर फ्लेमिंग यांनी शौर्याने लढा दिला. दर्जेदार कामगिरी केली आणि त्या युद्धातच त्यांना वीरमरण आले. नीतिमूल्यांची चाड असणारा प्रभावी नेता अशी त्यांची प्रतिमा होती. मेजर व्हॅलेंटाइन स्वत: ब्रिटिश संसदेचे सदस्य होते. ते लंडन येथे राहत होते. शिकारीची त्यांना विशेष आवड होती. आपल्याजवळ त्यांनी दोन बॅरनेट हाउंडसची जोडी पाळली होती. अत्यंत उमद्या आणि आकर्षक हाऊंडसबरोबर ते नेहमी शिकारीला जात. त्यांचा इव्हेलिन बरोबर विवाह झाला ते वर्ष होते – १९०९. विन्स्टन चर्चिचलचे ते चाहते होते. हुजूरपक्षाचे सक्रिय सदस्य होते. चर्चिल यांना मेजर फ्लेमिंगबद्दल आत्मीयता होती.

इव्हलिन ही एक सौंदर्यवती होती. तिच्या बेधडक स्वभावामुळे आणि सौंदर्यामुळे तिची सर्वत्र चर्चा होत असे. तिला नेहमी लोकांच्या समूहात काहीतरी नवीन करायला आवडत होते. ती समूहप्रिय होती. त्यासाठी ती नेहमी समारंभाचे आयोजन करायची. वेगवेगळया जलाशांना, संगीत नाटकांना आणि कार्यक्रमांना आपल्या सौंदर्य आणि साजशृंगारासोबत सहभागी व्हायला तिला आवडत होते. प्रचंड संपत्ती, खानदानी पार्श्वभूमी, आनंदी व खेळकर स्वभाव व समारंभप्रियवृत्ती यामुळे इव्हलिन लंडनमधील चर्चेचा विषय होती.

इव्हलिन आणि व्हॅलेंटाइन यांना चार मुले झाली पिटर, इआन, रॉबर्ट आणि मायकेल इव्हलिन यांना आपल्या मुलांचा फार अभिमान होता. सुंदर दिसणारी उत्तम शिक्षण मिळालेली तरुण मुले हा तिच्या अभिमानाचा विषय होता. इंग्लंडमध्ये आपल्या सौंदर्यवती मुलींच्या दिमाखदार प्रदर्शनासाठी समारंभ व मेजवान्यांचे आयोजन करण्याची प्रथा आहे पण इव्हलिन यांनी आपल्या चार कर्तबगार मुलांच्या सन्मानार्थ समारंभ आयोजित केला.

इव्हलिनची चारही मुले खरोखरच आपल्या पेशात आणि व्यवसायात यशस्वी झाली. रॉबर्ट एक धनाढ्य बँकर झाला. पिटर प्रवास वर्णने करणारा लेखक झाला. मायकेल सैन्यात गेला तेथे कमिशन्ड ऑफिसर असतानाच लढाईत त्याचा मृत्यू झाला. इआन पण प्रथम सैन्यात आणि नंतर सरकारी नोकरीत लागला.

इआनचे शिक्षण इटनमध्ये झाले. पण तेथे आपल्या बुद्धिमत्तेची चमक दाखवता आली नाही. त्याला फार गौरव प्राप्त झाला नाही. कोणत्याही क्षेत्रात त्याच्या बुद्धीची चमक विशेषत्वाने दिसून आली नाही. परंतु अनेक वर्षांनी जेव्हा तो जेम्स बाँडचा निर्माता म्हणून प्रसिद्ध झाला, त्यावेळी तो आपल्या शाळेत पुन्हा एकदा गेला. माजी–आजी विद्यार्थी असा गोल्फचा सामना होता. त्यात त्याची एका

विद्यार्थ्याशी गाठ पडली. त्याचे नाव होते इआन बाँड. तो स्वत: चकित झाला पण त्या विद्यार्थ्याला मात्र जेम्स बाँडचे किंवा इआन फ्लेमिंगचे फार काही कौतुक नव्हते.

इटनमध्ये त्याने भरपूर वाचन केले. पियानो शिकला, संगीताचे धडे घेतले. पोलो खेळात प्रावीण्य प्राप्त केले. त्यानंतर मिलिटरी अकादमी त्याला एक छळवाद वाटला. सतत प्रशिक्षण, परिश्रम आणि धावपळ याला तो वैतागला होता. त्यानंतर त्याला सेकंड लेफ्टनंटचा पुश मिळाला व तो 'ब्लॅक वॉच' या तुकडीत सामील झाला. परंतु, त्या कामगिरीत त्याचे मन रमले नाही. अखेर आईच्या सल्ल्यावरून तो पुन्हा शिक्षणाकडे वळला. जिनेव्हा विद्यापीठात आणि त्यानंतर म्युनिख विद्यापीठात त्याने अभ्यास केला. त्या काळात त्याने मन लावून अभ्यास केला. फ्रेंच, जर्मन व रशियन भाषांची तयारी केली.

रॉयटर या पत्रसंस्थेत त्याला नोकरी मिळाली. फ्लीट स्ट्रीट एजंसी या रायटरच्या एका उपविभागात तो काम करू लागला. ती एक अप्रतिम संधी होती. त्या सेवाकाळात त्याने नोकरीनिमित्य संपूर्ण युरोपचा दौरा केला. बातम्यांची शिकार करायला शिकला. चांगली-वाईट बातमी आणि बऱ्यावाईट घडामोडींचे विश्लेषण त्याला करता येऊ लागले. तत्परता, स्पष्टता आणि प्रभावीपणा हे बातमीचे खरे वैशिष्ट्य होय हे त्याला कळले. केवळ माहिती म्हणजे बातमी नाही. तिला योग्यप्रकारे संपादित करता आले पाहिजे, तिचा प्रभाव कशात आहे हे समजून बातमीचा अन्वयार्थ लावता आला पाहिजे हे त्याला कळले.

१९३३ सालच्या वसंतामध्ये फ्लेमिंग रशियात होता. ते वर्ष त्याच्या विशेष स्मरणात राहिले. कारण प्रथमच त्याचा एका नव्या जगाशी, नव्या तत्त्वज्ञानाशी आणि कार्यपद्धतीशी परिचय झाला. समाजवाद आणि साम्यवादी रचना प्रत्यक्षात कशाप्रकारे कार्य करते हे त्याने डोळ्याने पाहिले. त्यातील भय, दहशत, रासवटी दडपशाही यांचा प्रत्यक्ष अनुभव आला.

सहा ब्रिटिश इंजिनिअर्सवर रशियाविरूद्ध देशद्रोहाचा खटला भरण्यात आला होता. ह्या खटल्यात ह्या अधिकाऱ्यासोबतच एक रशियन युवती पण होती. हे सर्व इंजिनिअर्स मेट्रोपालिटन विकर्स इंजिनिअरिंग कंपनीमध्ये काम करीत होते. त्यांच्या विरुद्ध रशियन देश, यंत्रणा, औद्योगिक संस्थाने आणि यंत्रसामुग्रीच्या विध्वंसाबद्दल खटला भरण्यात आला होता. तसेच रशियन अधिकाऱ्यांना लाच देण्याचा प्रयत्न करणे व गोपनीय माहिती प्राप्त करण्याचा प्रयत्न करणे हा गुन्हादेखील होता. हे सर्व आरोप देशद्रोह आणि राष्ट्रीय गुन्हा या स्वरूपाचे होते.

या गुन्ह्यांसाठी त्या अधिकाऱ्यांना 'चेका' या रशियन गुप्तचर संस्थेने

अटक केली होती. रशियन अधिकाऱ्यांच्या दृष्टीकोनातून चेकाने ते अत्यंत महत्त्वाचे मिशन पूर्ण केले होते. चेका या संस्थेबाबत फ्लेमिंगला या खटल्यामुळेच प्रथमत: कळले.

त्या सहा ब्रिटिश अधिकाऱ्यांवरील खटल्यांचा आँखो देखा हाल व त्याचे धावते वर्णन करण्यासाठी रॉयटरच्या वतीने फ्लेमिंग मास्को येथे गेला होता. ब्रिटन व रशिया या देशांमधील फरक आणि साम्यवाद व लोकशाहीमधील भिन्नता याची त्याला पूर्ण जाणीव येथेच झाली.

चेकाची कार्यपद्धती, तिची दाहकता त्यातील भयावह आणि पाशवी अत्याचाराची पद्धती फ्लेमिंगच्या काळाजाचा थरकाप उडवणारी होती. चेकासारख्या गुप्त संघटना रशियात काम करतात आणि त्या अत्यंत दडपशाही वृत्तीने आपल्या भक्ष्यांचा शोध घेतात. हवे ते मान्य करवून घेण्यासाठी त्या जुलमी व जबरी पद्धतीचा वापर करतात. त्यांच्या भक्ष्यांनी काय आणि कसे सांगावे याचा पाठ कारागृहात कशाप्रकारे पढविला जातो. 'कबुली जबाब' नावाचे प्रामाणिकपणावर आधारित नाटक रंगतदार होण्यासाठी कोणत्या असामान्य पद्धतीचा वापर होतो हे फ्लेमिंगला येथे कळले. त्याच्या गोल्ड फिंगरमधील ॲड जॉब नावाचे कोरियन, पाशवी ताकदीच्या सैतानाचे पात्र त्याने चेकाच्या एका कबुलीजबाब देणाऱ्या अधिकाऱ्यांकडे पाहूनच येथे तयार केले. भक्ष्यांच्या प्रत्येक वेदनेकडे पाहून सहज हसण्याची त्याची कलाकारी त्याला अंगावर काटा आणणारी वाटली. परंतु ॲड जॉब सारख्या अफलातून माणसाचा संग्रह असणारी संघटना कोणत्या ताकदीची आहे आणि ध्येयापूर्तीचे तिचे माध्यम व तंत्र कोणते ह्यांचा नेमका अंदाज फ्लेमिंगला आहे आणि मग स्पेक्ट्रे व स्मर्शची बांधणी झाली. ह्या खटल्यातील रशियन तरुणी ॲना कुटुमोव्हा पाहूनच त्याला फ्रॉम रशिया विथ लव्ह मधील रोमानोव्हाचे पात्र रंगविता आले.

चेकाची स्थापना करणारा व्हॅसिली उलरिच हाच त्या खटल्याचा न्यायाधिश होता. कोतवाल, न्यायाधीश, फिर्यादी या सर्वांची भूमिका चेकाच बजावणार होते. मग न्यायाची अपेक्षा तरी काय ठेवायची हा प्रश्नच नाही. फ्लेमिंगला ह्या अजब वर्तुळाच्या तिरपांगड्या न्यायपद्धतीचे नवल वाटले. चेकाचा व्हॅसिला ज्या थंडपणे आणि दहशत निर्माण करणाऱ्या आवाजात प्रश्न विचारतो, किंवा प्रश्नार्थक मुद्रा करून आरोपीकडे पाहतो त्याचा प्रभाव कसा होतो हे फ्लेमिंगच्या लक्षात आले होते. फ्लेमिंगने ह्या अजब वर्तुळाच्या न्यायाची चमत्कारिक कथा इंग्रजी वृत्तपत्रातून प्रकाशित केली. त्यात बातम्या आणि अहवाल या सर्वांचा समावेश होता. रॉयटरच्या या वृत्तामुळे खळबळ उडाली. त्या आरोपींना वाचविण्यात फ्लेमिंगला यश आले नाही पण रशियन कार्यपद्धतीचा

न्याय व तपास करण्याची, शोध व कबुलीजबाब घेण्याची शास्त्रीय पद्धती याची त्याला परिपूर्ण माहिती प्राप्त झाली. फ्लेमिंगच्या या कामगिरीमुळे त्याला समाजवाद-समता आणि न्याय याबद्दल काडीमात्रही सहानुभूती पुढील आयुष्यात राहिली नाही. मॅकडोनाल्ड स्वत: निर्दोष आहे असे सांगत असतानाच आपले सहकारी दोषी आहेत, त्यांना शिक्षा करा असेपण म्हणत होता. यावरून चेकाने त्याला कशा प्रकारची वागणूक दिली असेल याचा पूर्ण अंदाज फ्लेमिंगला आला. पुढे या सर्वच गोष्टी त्याच्या कथानकांना रंजक करण्यासाठी त्याला उपयुक्त ठरल्या. त्याने ज्याप्रकारे त्या सर्व खटल्यांचे चित्रण आपल्या बातमीपत्रांतून केले, त्यामुळे तो ब्रिटिश सरकारचा रशियातील हेर होता असा त्याच्यावर आरोप रशियन अधिकाऱ्यांनी केला व तो पुढेदेखील कायम ठेवला. बरेचदा रशियन अधिकाऱ्यांनी फ्लेमिंगचा उल्लेख करताना माजी इंग्लिश गुप्तहेर असाच केला आहे. १९३९ मध्ये तो पत्रकार नव्हता. तरीही त्याला टाइम्सने या मंडळाचा प्रतिनिधी म्हणून नियुक्त केले. खरे तर त्यावेळी फ्लेमिंग हा शेअर बाजारात कमिशन एजंट म्हणून काम करणारा व्यापारी वृत्तीचा व्यक्ती होता. ह्याच गोष्टीमुळे त्याची नियुक्ती संदेहास्पदपण झाली होती. या काळात फ्लेमिंगला क्रेमलिनचा, रशियन राज्यकर्ते, मंत्री, अधिकारी आणि नागरिकांचा चांगला अभ्यास करण्याची संधी प्राप्त झाली आणि त्याने तिचे सोने केले.

फ्लेमिंगला त्यानंतर नाविक दलात काम करण्याची संधी मिळाली. फ्लेमिंगकरिता ही बाब अत्यंत महत्त्वाची ठरली. फ्लेमिंग (एमआय-६) मध्ये भरती झाला. त्याची एक महत्त्वाची महत्त्वाकांक्षा आणि सुप्त इच्छा अशाप्रकारे पूर्ण झाली. त्याला विलक्षण आनंद झाला. घटनाकेंद्राच्या त्याला अपेक्षित असणाऱ्या महत्त्वाच्या केंद्रस्थानी पोहोचला.

युद्धकाळात महत्वाचे केंद्र म्हणून माद्रिद व लिस्बन या दोन शहरांचा उल्लेख होत असे. लिस्बन हे गुप्त माहितीच्या आदानप्रदानाचे, शत्रूच्या कारवयांचे, मित्रांच्या सहकार्याचे, सल्लामसलतीचे, ऐयारी कसबाचे केंद्र होते. गुप्तहेर आणि प्रती गुप्तहेर तेथेच एकमेकांवर मात करणारे डावपेच घालीत होते. कुटनीती आणि कारस्थानांचे सर्वोच्च केंद्र होते लिस्बन. लिस्बनमधील रेस्ट्राँरॉ, होटेल्स, इन्स आणि कॅसिनो या सर्वांचे आश्रयदाते हे आपल्या बोलवित्या धन्याकरिता काम करीत होते. तेथील ग्राहक दुसऱ्याकरिता माहिती घेत होते, माहिती देत होते, पैसे देत होते, पैसे घेत होते. पैसे कमवत होते. सर्व काही कोणासाठी कोणीतरी करीत होते. त्यावेळी फ्लेमिंग नाविक गुप्तचर दलाच्या प्रमुखाबरोबर काम करीत होता. त्याचे नाव होते जॉन ग्रॉडफ्रे. न्यायाधीशासारखे गंभीर व्यक्तिमत्व असणारा, चौकोनी आणि मोठ्या आकाराचा

चेहरा आणि कुरळे केस, त्याच्या व्यक्तिमत्वाला एखाद्या कर्तबगार व्यापाऱ्याचे, व्यावसायिकाचे रूप होते. त्याचा खरा पेशा त्याच्या चेहऱ्यावरून व पेहरावावरून व्यक्त होत नसे. त्याच्या खोल मनातील खळबळ चेहऱ्याच्या पृष्ठभागावर उमटत नसे. गंभीर प्रवचनकार, धीरोदत्त सेनानी आणि चतुर व्यापारी यांचे तो अपूर्व मिश्रण होता.

लिस्बनला एस्टोरिअल या अत्यंत ख्यातनाम रेस्टरंटमध्ये सतत वर्दळ होती. चलाख गुप्तचरांची, राजदूत आणि विदेशी कूटनीतिज्ञांची, प्रती गुप्तहेर, खबरे, आणि पाळत ठेवणारे कावळ्यासारखे धूर्त ऐयार सर्वच तेथे येत होते. तेथे जर्मन एजंट्स, इटालियन गुप्तचर त्यांचे मेळावे होत असत. सुंदर, दिलतोड नजर असणाऱ्या फ्रेंच मदनिका, शरीराच्या कवेत शिरताना मनाचा थांग घेत. इटालियन बार टेंडर आणि वाढपी खाऊ घालतानाच पोटात शिरत होते. जुगाराच्या मोठ्या होडी लागत होत्या. प्रत्येक खेळी बरोबर रकमा आणि बातम्यांची बोली लागत होती. फ्लेमिंगला एल्टोरिअलचे ते वातावरण फार प्रभावी वाटले. त्या रेस्टारंटला त्याने दिलेली भेट तो विसरू शकला नाही. त्याने तेथे ५० पौंड जुगारात गमावले. पण त्याच्या डोक्यात एक मोठे रंजक कथानक तयार झाले. कॅसिनो रॉयल.

जॉन गॉडफ्रे हा फ्लेमिंगचा वरिष्ठ अधिकारी होता. परंतु त्याचे आणि फ्लेमिंगचे चांगलेच सूत जमले. गॉडफ्रे बोलताना मोजकेच पण नेमके व मुद्द्याचे बोलत असे. एखाद्या धोरणाचे सूतोवाच संस्थाप्रमुखाने करावे, तसे तो आपले म्हणणे सांगत असे. त्याची काम करण्याची शैली अत्यंत गोपनीय स्वरूपाची होती. मनातले आणि पोटातले, त्याच्या ओठावर येत नसे. तो दूरदृष्टीने विचार करीत होता. त्याच्या वागण्याचा व विचार करणाच्या पद्धतीचा फ्लेमिंगला चांगलाच परिचय झाला. फ्लेमिंगचा 'एम' त्यातूनच तयार झाला.

त्यानंतर फ्लेमिंगला जमैकाला जाण्याची संधी प्राप्त झाली. त्याला तेथे ब्रिटिश गुप्तचर खात्याचा अधिकारी म्हणून एका अमेरिकन सल्लागार मंडळाबरोबरच चर्चा करण्याची संधी प्राप्त झाली. त्याला कॅरेबियन समुद्राचे, जमैकाच्या वनश्रीचे आणि तेथील प्रसन्न वातावरणाचे आकर्षण निर्माण झाले.

त्याच काळात जर्मनीदेखील प्रचंड शक्ती असणारी शस्त्रे तयार करीत असल्याच्या बातम्या येत होत्या. ती शस्त्रे सबमरीन, किंवा विमानमार्गे युरोपावर आक्रमणासाठी वापरली जातील अशी भीती निर्माण झाली. या गोष्टींची आणि सर्व संभाव्य धोक्यांची सातत्यपूर्ण चर्चा नाविक दलाचे अधिकारी करीत होते. प्रत्यक्षात ही घटना घडण्यापूर्वीच दुसरे महायुद्ध संपले. परंतु ती घटना फ्लेमिंगला अत्यंत महत्त्वाची वाटत होती. त्याने नॉर्मंडीचे ऑपरेशन जवळून पाहिले. ब्रिटिश नाविक दलाची तसेच

जर्मन नाविक दलाची तयारी व कार्यपद्धती त्याच्या परिचयाची होती. दरम्यानच्या काळात अण्वस्त्रांचा स्फोट झाला होता. अशा प्रकारची संहारक शस्त्रे जर्मन्स वापरणार असतील का? हा विचार फ्लेमिंगला भितीदायक वाटत होता. ह्या भितीमध्येच त्याला 'थंडरबॉलचे' कथानक सापडले.

१९४६ मध्ये फ्लेमिंग पुन्हा कॅरेबीयन भागात गेला. ४५ च्या मिशनमध्ये धुवाँधार पाऊस, चिखलाच्या काळपट करड्या रंगाच्या नद्या, सर्वत्र असणारे एक धुरकट दमट वातावरण आणि दूरदूरपर्यंत संथपणे पहुडलेला समुद्र यामध्ये फ्लेमिंगला आकर्षण वाटले त्या गूढ शांतपणाचे, रहस्यमय वाटणाऱ्या संथपणाचे, उंच उडणारे सिगल आणि घनदाट नारळीच्या बनात त्याचे मन रमले होते. युद्ध काळातच व्हॉन पॉपेन या राजदूताची अंकारा येथे झालेली हत्या ही घटना फ्लेमिंगला लक्षणीय वाटली. व्हॉन पॉपेनला सोव्हिएत रशियाच्या गुप्तचर जासूसांनी ठार मारले. पण मारेकरी मात्र बुल्गेरियन होते. ते भाडोत्री मारेकरी पण मारले जावेत व हत्येचा पुरावा मिळू नये हा रशियन जासूसांचा डाव होता. अंकारा येथे ही हत्या घडवून आणण्यात आली त्यावेळी बुल्गेरियन मारेकऱ्यांनी आंधळ्याचा वेष घातला होता. वृत्तपत्रांच्या पुंगळीत पिस्तुल दडवले होते. फ्लेमिंगला तो सर्व प्रकार व त्याची पार्श्वभूमी याचा अहवाल वाचावयाला मिळाला होता. नंतर मग त्याचा उपयोग झाला, कॅरेबियन पार्श्वभूमीवरील 'डॉ. नो' लिहिताना, डॉ. नो मधील मारेकरी इंग्लिश राजनायिकाची हत्या करताना आंधळ्याचा वेष घेतात ही बाब व्हॉन पॉपेनच्या खुनासोबत अगदी जुळणारी होती.

युद्धकाळाच्या अखेरीस फ्लेमिंगला जमैकाला स्थायी होण्याची स्वप्ने पडू लागतील. त्याला कॅरेबीयन समुद्र आणि जमैकाचा शांतपणा यांनी त्याला आकर्षित केले होते. रम्य वाटणारे समुद्रकिनारे, नितळ निळा समुद्र, त्यातील रहस्यमय शांतपणा, आल्हाददायक वातावरण, हे सर्व काही फ्लेमिंगच्या मनातील जुन्या आणि सर्वात प्रबळ महत्त्वाकांक्षेस पुन्हा पुन्हा खुणावत होते. त्याच्या सुप्त उर्मीला जागृत करीत होते. एक दर्जेदार रहस्यकथालेखक होण्याची तीव्र इच्छा आणि महत्त्वाकांक्षा त्याला नेहमीच होती पण स्वस्थता व लेखनाची योग्य ती शैली सापडत नव्हती. प्रतिभेची क्षमता अफाट होती, पण प्रतिभा साधन मात्र कुमकुवतच होते. फ्लेमिंगला हवा असणारा शांतपणा, मोकळेपणा आणि मनस्वी वाटणारा एकांत मिळाला जमैकामध्ये, त्याच्या अपेक्षित आणि आवडत्या स्वतंत्र बेटावर – स्वतंत्रपणे वावरण्याची बहरण्याची लिखाण करण्याची संधी त्याला मिळाली.

जमैकात स्थायिक व्हावे असे त्याला मनापासून वाटत होतेच. त्यासाठी

एकदोन वेळा त्याने एक सहजवारी म्हणून जमैकाला भेटीपण दिल्या. बेटाचा चांगला परिचय होण्याइतका तो तेथे फिरला. केवळ साठ मैलाच्या परिधात पसरलेल्या त्या बेटाचा त्याचा चांगलाच परिचय झाला. ऐसपैस फिरायला जागा, विचार करायला निवांतपणा! त्रास देणारे, अकारण व्यत्यय आणणारे परिचित नाही एकूण आनंदी आनंदच. त्याने नाविकदलाकडून रीतसर परवानगी घेतली, घराचा प्लॅन काळजीपूर्वक तयार केला. मग आपल्या आवडीचे, मनाला आल्हाद देणारे, विचारांना प्रसन्नता देणारे आणि कल्पनेला भरारी मारण्याची संधी देणारे घर त्याने बांधले 'गोल्डन आय'. घराचे नाव गोल्डन आय ठेवण्यामागे अनेक कारणे होती. त्यापैकी महत्त्वाचे म्हणजे नाविकदलाच्या एका विशेष गोपनीय कामगिरीत फ्लेमिंग सामील झाला होता, त्या कामगिरीचे सांकेतिक नाव होते – गोल्डन आय.

घराची रचना अत्यंत साधारण होती. त्यात अनेक सुविधा नव्हत्याच, टेलिफोन तर वर्षानुवर्षे नव्हता, एकांत भंग करणारी कोणतीच गोष्ट त्याला आवडत नव्हती. बारकुड्या माशाची बाणाने शिकार करणे, समुद्रकिनाऱ्यावर तासंतास पडून राहणे, विचार करणे, कथानकांचा आराखडा मनात घोळविणे विविध पात्रांना समर्पक ठरतील अशी नावे शोधून काढणे, त्यांच्या लकबी, शैली आणि सवयींचा विचार करणे हा फ्लेमिंगचा छंद होता. याच काळात फ्लेमिंगने आपले ग्रंथालय चांगलेच विकसित केले. त्यात विविध विषयांवरील अनेक पुस्तके संदर्भासाठी गोळा केली. त्यांचे वाचन हा त्याचा आवडता छंद होता. काय लिहायचे आहे याचा तो पुन्हा पुन्हा विचार करीत होता. लिहिलेला मजकूर वाचनीय व्हावा, प्रभावी आणि सशक्त असावा. लेखन विश्वसनीय आणि मनोरंजक व्हावा यासाठी त्याचे हे चिंतन आणि वाचन फारच उपयोगी ठरले.

त्याला आळस आणि निरुद्योगीपणे बसण्याचा तीव्र तिटकारा होता. कथानकाची रचना तयार होणे वेगळे आणि तो कागदावर उतरणे फारच वेगळे. त्यातील नेमकेपणा, वाचनीयता, शाब्दिक फेक यांचा विचार करणे त्याला अत्यंत आवश्यक होते. लिहिणे, वाचणे आणि मग कागदाचे बोळे कचऱ्याच्या टोपलीत फेकणे हा त्याचा काही दिवस उपक्रम झाला आणि मग मासे मारता मारता तो स्वत:शीच पुटपुटला आता काही माणसे कागदावर तरी मारली पाहिजेत. काही कागद जबरदस्त वेगवान कथानकाने परिपूर्ण झाले पाहिजेत. मग त्याची लेखणी दोन हजार शब्द रोज या वेगाने कागदावर शाई खर्च करीत होती. एका हिवाळ्यात त्याने कॅसिनो रॉयलचा कच्चा खर्डा पूर्ण केला. त्याचा नायक होता जेम्स–जेम्स बाँड. बाँड बिअरचे कॅन रिचवणारा किंवा चहाचे कप फस्त करणारा सामान्य नायक नव्हता.

मद्याचा पेग सहजपणे पचवणारा आणि सिगारेटच्या धुराच्या वलयात शांतपणे पण करारी विचार करणारा खंबीर आणि जबरदस्त नायक होता. आक्रमक, प्रभावी आणि विजयी वृत्तीचा प्रभावी नायक.

प्रत्येक लेखकाला आपल्या पुस्तकाबद्दल आणि स्त्रीला आपल्या बाळंतपणाबद्दल भय, कुतूहल आणि दडपण असेतच. तसेच फ्लेमिंगलापण होते. कॅसिनो रॉयल हे आपले अपत्य यशस्वी होईल काय? याचा त्याला संशय होता. छोट्या प्रभावी वाक्यरचना, नवे शब्दप्रयोग, नवे वाक्प्रचार यामुळे त्याचे पुस्तक चटकदार झाले होते. आकर्षक व्यक्तिचित्रं आणि बहारदार वर्णने यामुळे त्याची पकड मजबूत होती. कथानकाचा बाज नवा होता, नायकाचा साज नवा होता.

फ्लेमिंगचे तंत्र आणि रचना यांबद्दल त्याला संशय नव्हता पण आत्मविश्वास मात्र नव्हता. प्रकाशनापूर्वी कितीतरी दिवस रॉयलचे टंकलिखित कथानक त्याच्या अपार्टमेंटमध्ये पडले होते. उपवर आणि विवाहयोग्य मुलीला चांगले स्थळ मिळण्याची जी मारामार असते तीच त्या पुस्तकाबद्दल होती. जेम्स बॉंड हे नाव नायकाला शोभत नाही असे त्याचा एक मित्र पुस्तक वाचल्यावर म्हणाला, तर या पुस्तकात नवे काय? असा त्याच्या एका प्रकाशकाचा प्रश्न होता. दमविणारे आणि थकविणारे प्रश्न विचारणारे अवती भोवती असताना विजयाचा आत्मविश्वास कायम बाळगणे कठीणच असते. तसेच त्याच्या बाबतीतही झाले. पण त्याला हार मानणे योग्य वाटत नव्हते. एखादी आवृत्ती खपेल असे त्याला कॅसिनो रॉयलबद्दल वाटत होते. त्या विचारांनी तो थकून जायचा. रॉयलमध्ये एक वाक्य आहे. तो आता थकला होता. खरोखरच फ्लेमिंगला पण श्रमाचा थकवा आला होता. तो दमला होता. अपयशाच्या भीतीने .... आणि मग यश त्याच्या मागे धावू लागले.

१२

लिव्हिंग डे लाइट्स

चित्रपटातील बाँड कसा आहे? त्याची प्रतिमा कशा स्वरूपाची आहे. याचे आकलन बाँडपट पाहिल्याखेरीज येणार नाही. जेम्स कादंबऱ्यांमधून प्रथम आला आणि नंतर तो चंदेरी पडद्यावर अवतीर्ण झाला. १९५३ साली त्याचा कागदोपत्री जन्म झाला. 'कॅसिनो रॉयल' या कादंबरीने इआन व्हॅलेंटाइन फ्लेमिंगला विशेष यश मिळवून दिले नाही. त्या साली दस्तरखुद्द फ्लेमिंगला देखील आपण दिगंत कीर्ति मिळविणार आहोत आणि चढत्या भाजणीने पैसे कमविणाऱ्या महानायकाचे जन्मदाते होणार आहोत याचा अंदाज आला नाही.

युद्धाचा काळ संपला होता. पडझड, विध्वंस, निराशा आणि खचलेल्या मनाच्या युवकांचे तांडे युरोपात फिरत होते. आपल्याजवळ आता काही उरले नाही. पुढील भविष्य अंधकारमय आहे असा निराशासूचक स्वर त्यांच्या मनात गुंजत होता. त्यावेळी एक पळवाट हवी होती. एका स्वप्ननगरीत दूरची सफर करण्याची पळवाट, एका न जगता येणाऱ्या पण आवडणाऱ्या खोट्या जगातील मनोरंजक प्रवास हवा होता. आपले अपयश, अस्वस्थता आणि हताशा यांना लपविणारा मार्ग हवा होता. तो फ्लेमिंग यांनी शोधून दिला. बाँडच्या काल्पनिक, साहसी व रंजक जगाचा प्रवास आणि त्यात मग केवळ हताश मनाचे युरोपिअन युवकच नव्हे तर त्रिखंडातील युवावर्ग हरवून गेला. स्वप्ननगरीतील हा साहसी युवराज सर्वांच्याच हृदयावर राज्य करू लागला.

बाँडसारखा नायक पडद्यावर यावा ही कल्पना प्रारंभी सुचली ती एका टेलिव्हिजन चॅनेलला, २१ ऑक्टों. १९५४ रोजी कॅसिनो रॉयलचे चित्रप्रदर्शन झाले.

'क्लायमॅक्स' या नावाने त्यामध्ये बॅरी नेलसनने बाँडची भूमिका केली, त्याचे नाव होते, जिमी बाँड. फ्लेमिंगचा जुना मित्र आयवर आणि वकील साथीदार अर्नेस्ट क्युएनो यांनीपण 'रॉयल'चा चित्रपट करावा असे ठरविले. चित्रपटाची पटकथा पण तयार झाली पण प्रकल्पाचा गर्भपात झाला. पडद्यावरचा जन्म असफल झाला.

साल्झमनने १९२० पासून वेगवेगळे व्यवसाय करून पाहिलेत. यश अपयशाची एक मोठी साखळी आणि न संपणारा सापशिडीचा खेळ त्याला सतत खेळावा लागला. प्रथम तो साबण विकत होता. मग त्याने हॉलिवुडमध्ये प्रवेश केला. त्यापूर्वी स्वारी एका सर्कसबरोबर फ्रान्सचा दौरा करून आली. नंतर चित्रपटाच्या क्षेत्रात सटरफटर कामे करून लागली. युरोपातील काही टी. व्ही. चॅनेल्ससाठी त्याने छोटी मोठी नाटके वगैरे निर्माण केली. वुडलॉफ प्रॉडक्शन्स या चित्रपट निर्माण करणाऱ्या कंपनीसाठी मग त्याने लुक बॅक इन अँगर, दि आयर्न पेटिकोट हे चित्रपट निर्माण करण्यासाठी थोडेफार (की फार थोडे) सहाय्य केले. पण खरे यश मात्र कोसो दूर होते. त्याला केवळ छोट्या मोठ्या प्रकल्पांचा आणि मर्यादित यश देणाऱ्या आयुष्याचा कंटाळा आला होता. त्याला एक लंबा हात मारायचा होता. पण कोणता आणि कसा हे ठरवायला वेळ होता. त्याची गाठ कबी ब्रोकोलीशी पडली आणि ब्रोकोलीपण त्याच्यासारखाच कलंदर आणि भटक बहादूर होता. त्याने अनेक व्यवसाय केले होते. सर्वच प्रकारचे अपयश त्याने चाखून पाहिले होते. तो शेतकरी होता पण नांगराशी त्याची दुश्मनी झाली. मग तो पुस्तकविक्रेता झाला. अकाउंटंटपण झाला. दागिने आणि कॉस्मेटिक्स विक्रेतापण झाला. पण यशाची आणि त्याची जिगरबाज दोस्ती झाली नाही. पण मग त्याने आयर्विन ॲलन बरोबर वॉरविक चित्रपट कंपनीत काम करणे सुरू केले. दि रेड बेरेट, दि ब्लॅक नाईट यासारखे यशस्वी व दर्जेदार चित्रपट त्याने वॉरविक करिता तयार केले. मोठे सेटस, आकर्षक लोकेशन्स, नयनरम्य चित्रण ह्यावर त्याचा भर होता. पण ॲलनबरोबर त्याचे फाटले. ब्रोकोलीवर प्रभाव होता—अल्फ्रेड हिचकॉकचा आणि त्यासारख्या इतर मातब्बर दिग्दर्शकांसारखा त्याला नॉर्थ बाय नॉर्थ वेस्ट किंवा दि गन्स ऑफ नव्हरान सारखे चित्रपट करायचे होते. आपला चित्रपट हीच एक पडद्यावरची जिवंत दंतकथा व्हावी असे त्याला वाटत होते, त्यासाठी वाट्टेल तेवढी मेहनत व खर्च झाला तरी चालेल हा त्याचा निर्धार होता, काहीतरी वेगळे, ताजे आणि आकर्षक कथानक हवे, नव्या प्रकारचा नायक आणि झपाटणारे रंजक कथानक हवे असे त्याला वाटत होते. त्याने थंडरबॉल वाचली आणि मग त्याच्या डोक्यात बाँडपटाची तयारी सुरू झाली.

त्याने आणि साल्झमनने बाँडपट करावयाचे ठरविले. कॅरी ग्रॅट किंवा ग्रेगरी पेक

सारखा नट, ऑड्री हेपबर्न किंवा एलिझाबेथ टेलरसारखी नटी, मोठे सेटस आणि चित्ताकर्षक लोकेशन्स हा त्याचा विचार पक्का होता. पण बाँड कसा तयार होणार हे तर नियतीने ठरवायचे होते.

बाँडपटासाठी दिग्दर्शक आणि निर्माते शोधणे जिकिरीचे होते. परंतु युनायटेड आर्टिस्ट (UA) या कंपनीला पटविण्यात ब्रोकीलीला यश आले. १९५८पर्यंत साल्झमनपाशी पैसे नव्हते. फ्लेमिंगसोबतच्या कराराची मुदत संपत आली होती. पण ब्रोकोलीसोबत करार झाल्याने तो निश्चिंत होता. 'टेरेन्स यंग' या दिग्दर्शकाला करारबद्ध करण्यात आले. यंग स्वत: एक अत्यंत कसबी व चोखंदळ व्यक्ती होता. चित्रपटाच्या माध्यमाची त्याला नेमकी जाणीव होती. यंगने यापूर्वी 'व्हॅली ऑफ दी इगल्स' आणि 'स्टार्म ओवहर दी नाइल' यासारखे चित्रपट दिग्दर्शित केले होते.

रिचर्ड मेबाम याला पटकथेसाठी करारबद्ध करण्यात आले. त्याने लिहिलेले कॅसिनो रॉयलच्या पटकथेचे टिपण मान्य होण्यापूर्वीच एका वैधानिक युद्धाला सुरुवात झाली. 'रॉयल'वर साल्झमनचा हक्क नाही असा दावा लावण्यात आला आणि मग 'थंडरबॉल'ची निवड करण्यात आली. चित्रपट थंडरबॉल निघणार पण त्याच वेळी कोरियन युद्ध, व्हिएतनामच्या चकमकी आणि क्युबाची हातघाई यांसारख्या घडामोडी होत होत्या. त्याचा प्रभाव आणि परिणाम हॉलीवुडवर होणे अपरिहार्य होते. शीतयुद्ध आणि क्युबा यांना जोडणारी फ्लेमिंगची कथा होती. 'डॉ. नो' त्यातील 'डॉ. नो' हे पात्र विशेषच महत्त्वाचे होते. त्याचा आविर्भाव व्हिएतनामच्या 'हो ची मिन्ह' सारखा होता. त्याचे कौर्य आणि अमानुषपणा, त्याची पौर्वात्यवृत्ती आणि थंड रक्ताची पाशवी विचारसरणी स्पष्टपणे व्यक्त व्हावी यासाठी त्याच्यासोबत एक माकड,आवडता पाळीवप्राणी म्हणून ठेवण्यात आला.

बाँडचे काम कोणी करावे ह्यावर बराच खल झाला. परंतु कोणत्याच एका नावावर एकमत होत नव्हते. 'कॅरी ग्रँट'सारखा नट आपल्या चित्रपटात असावा असे ब्रोकोलीला वाटत होते. पण बाँडचे मार्दव, काममोहक मदनी चित्र आता वृद्धत्वाकडे झुकलेला ग्रँट करू शकणार नाही याची जाणीवपण होती. मग मायकेल केन आणि पॅट्रिक मॅकगोवन यांचा पण विचार झाला. जेम्ससाठी जे पात्र काम करणार होते ते कसे हवे यावर मात्र सर्वांचीच एक प्रतिक्रिया होती. त्याला जुगार आवडतो, मोठ्या प्रमाणात धूम्रपान करतो, मोटारकार्सची विशेष आवड, गोल्फमध्ये प्रवीण, हालचालीत अत्यंत चपळ आणि सहजपणे पण विचारीवृत्तीने कृती करणारा धाडसी–२८ ते ३५ वयोगटातील, ६ फूट उंचीचा, १०० किलो वजनाचा निळे डोळे काळे केस, अत्यंत सुबक ठेवण, पिळदार दंड आणि आकर्षक चेहरा. त्याच्या चेहऱ्यावर करारीपणा,

निश्चय आणि ठामपणा झळकत असला पाहिजे व बोलण्यात घरंदाज इंग्लिश वाटला पाहिजे. मग बाँड कॉन्टेस्टचे आयोजन करण्यात आले. अर्थात तरीदेखील ब्रोकोलीच्या मनात ग्रेगरी पेकचे नाव पक्के होते. पण बाँड कॉन्टेस्टमधला विजयी कलाकार होता सीन कॉनरी.

रिचर्ड मेबामची पटकथा संवादासहित तयार होती. सेटवर कॉनरी आला आणि मेबामने लिहिलेला तो प्रसिद्ध संवाद म्हटला. त्याबरोबर सर्वत्र आनंद आणि उत्साह निर्माण झाला. एका वेगळ्या प्रकारची छबी असणारा नवाच नायक जन्माला आला आहे याची खात्री सर्वांना पटली.

बाँड! जेम्स बाँड! अगदी साधे सोपे पण जादुभरे वाक्य. सर्वांना प्रभावित करणारा अत्यंत साधा पण मोहक परिचय. कॉनरी सुदैवी होता. त्याने इआन फ्लेमिंगसोबत बाँडच्या प्रतिमेबाबत आणि रचनेबाबत बरेचदा चर्चा केली. बाँडच्या भूमिकेचा नेमका अर्थ समजून घेतला. फ्लेमिंगसोबतच्या आपल्या मैत्रीबाबतचे मत त्याने पुढील शब्दात व्यक्त केले, 'मी जेव्हा प्रथमत: फ्लेमिंग यांना भेटलो त्यावेळी माझे व त्यांचे बाँड व बाँडपटांविषयी काहीच बोलणे झाले नाही. माझ्यामते बाँड हा पूर्णत: भोगवादी आणि इंद्रिय संवेदी होता. त्याला आसपासच्या सर्वच गोष्टींचा आस्वाद घ्यायला आवडत होते. त्याचे डोळे ह्यासाठी तयार झाले होते. त्याची नजर सतत जागृत आणि सर्व काही भोगण्यासाठी, समजून घेण्यासाठी तत्पर होती. तो प्रत्येक संघर्षाला सहर्ष स्वीकारणारा साहसी पुरुष होता.

पडद्यावरचा बाँड हा ऐटबाज होता. तो दमदार, प्रभावी व्यक्तिमत्वाचा आणि धडाडीचा कामदेव आणि धनंजयाचे मिश्रण होता. म्हणूनच त्याची प्रत्येक गोष्ट वेगळी व प्रभावी हवी होती. तो व्होडका पीत नाही तर स्मिरनाफ पितो. तो केवळ मद्य घेत नाही. एका विशिष्ट शैलीने पितो. त्याचे कपडे अत्यंत प्रसन्न करणारे शैलीबाज पण भडक नसतात. त्याची शैली इतरांपेक्षा वेगळी असावी यासाठी प्रयत्न करण्यात आलेत. त्यातूनच बाँडचे पोलो शर्टस उदयास आले, त्याची घड्याळं सर्वात प्रसिद्ध कंपनीची असला पाहिजे-रोलेक्स, जी वेगळ्या डिझाइनची असली पाहिजे. तो शॅम्पेन केवळ शॅम्पेन म्हणून पीत नाही तर डॉन पिरीनोनाचे उंची मद्य घेणार, त्याच्या शर्टाची बटणे, कफलिंकस् पॉकिट, जोडे, मोजे आणि टाय किंवा बो या सर्वांची स्वतंत्र प्रतिमा निर्माण झाली पाहिजे हा आग्रह टेड मूरचा होता. Bond with style ही त्याची खरी ओळख होती. New statesman ने बाँडवर टीका करताना sex, and sadisim ही बाँडची वैशिष्ट्ये आहेत असा आरोप केला पण बाँडचा फॉर्म्युला आधीच ठरला होता. लश्रेव, sex & thunder. बाँडच्या निर्मात्यांना या

टीकेचे फारसे अप्रूप वाटले नाही. उलट त्यांना तो एक सन्मानच वाटला. कॉनरीनेदेखील बाँडच्या भूमिकेला पूर्ण न्याय देण्याचे ठरविले. त्याने लंडन, पॅरीस व म्युनिचमधील दर्जेदार होस्टेल्स व रेस्टारंटला भेटी दिल्या, अनेक क्लब्ज आणि उंची मद्य व जुगारगृहात तो चिकित्सक नजरेने राहिला.

बाँडचा डायरेक्टर टेरेन्स यंग स्वत: अत्यंत ऐटबाज जीवन जगणारा छंदीफंदी तरुण होता. केंब्रिजमध्ये त्याने शिक्षण घेतले होते. त्याची स्वत:ची एक व्यक्तिगत शैली होती. भपका, दरारा आणि मार्दव यांसाठी त्याच्या मित्रमंडळीत तो प्रसिद्ध होता. त्याचा वार्डरोब अत्यंत किंमती व भरजारी सूटसची खाणच होती. तो अत्यंत महागडे कॉटनचे शर्टस व सूटस घालायचा. चांगले मद्य व अत्यंत चविष्ट खाणे याचा तो विशेष शौकीन होता. बाँडची निर्मिती हे त्याने आपले सर्वात महत्त्वाचे स्वप्न आणि महत्त्वाकांक्षा मानली होती. त्याला सर्वश्रेष्ठ नायकत्वाचे चित्रण असणारी चित्रकथा करावयाची होती. त्यासाठी त्याने बाँडची प्रतिमा निर्माण करताना सर्वच बारीकसारीक गोष्टींवर विशेष लक्ष दिले. गेल्या ५० वर्षात बाँडपटांनी चित्रपटांच्या इतिहासात आणि पाश्चिमात्त्य संस्कृतीमध्ये एक आगळे वेगळे योगदान दिले आहे, असे म्हणताना मला विशेष अभिमान वाटतो.

बाँड चित्रपटाचे दुसरे महत्त्वाचे वैशिष्ट्य ठरले त्याचे चित्रीकरण आणि नेपथ्य. अत्यंत आकर्षक, प्रसन्न करणाऱ्या निसर्गरम्य पार्श्वभूमीवर बाँडपटाचे चित्रीकरण झाले पाहिजे. विविध देश, तेथील प्रसिद्ध स्थळे, प्रेक्षणीय व रम्य बागा, समुद्रकिनारे, निवड व मनाला चकित करणारे नैसर्गिक तसेच, महागडी हॉटेल्स, कॅसिनो व मद्यगृहांचे चित्रीकरण करण्यावर भर देण्यात आला. बाँडची आवड ही ऐटबाज आणि श्रीमंतीची आहे. श्रेष्ठतम व उत्कृष्टतेलाच तेथे प्राधान्य आहे हे ठसविण्यासाठी हा प्रयत्न करण्यात आला. साहस, धाडस आणि पराक्रम यांना आकर्षकतेची पार्श्वभूमी लाभली पाहिजे. निसर्ग आणि माणसांच्या मनोरम कलाकृतींची धावती मेजवानी प्रेक्षकांना मिळावी हाच त्यामागील उद्देश होता. बाँडच्या चित्रपटात ही दृश्ये सहजपणे यावीत आणि आपण प्रवास यात्रेला निघालो नाही किंवा हा एक धर्मदाय पुण्यसंपादन करण्यासाठी काढलेला जगभर गोलसफरीचा प्रवास नाही ही काळजी मात्र घेण्यात आली.

बाँडला कामगिरीवर पाठविणारा त्याचा अधिकारी किंवा प्रमुख हीदेखील तेवढीच महत्त्वाची व्यक्ती आहे. तो दिसला पाहिजे हे पण आवश्यक होते. जग वाचविण्यासाठी बाँडची योजना करणारी व्यक्ती मोठी तालेवार असली पाहिजे, त्याचा दर्जा आणि आवेश हा सामान्य असून चालणार नाही याची जाणीव निर्मात्यांना

होती. त्यासाठी एमची निवड करताना त्याचे व्यक्तिमत्त्व, उंची व स्वरूप यावर विशेष लक्ष देण्यात आले. एक लेचापेचा नाही तर कसदार, जोमदार आणि तडफदार अधिकारी आहे तो धोरणी व धूर्त आहे, मोठ्या कौशल्याने तो बाँडची निवड करतो याकडे लक्ष देण्यात आले. त्याची सचिव व सहायिका 'मनीपेनी' देखील सामान्य नाही तर तेवढीच चलाख आहे. बाँडला त्याच्या कर्तव्याची जाणीव करून देणारी चंचल ललना आहे. एम बाँडला त्याच्या कर्तव्याची जाणीव करून देताना म्हणतो. जर तुमच्यापाशी ०० (डबल शून्य) हा क्रमांक आहे तर त्याचा अर्थ तुम्ही इतरांना ठार करण्यासाठी प्रशिक्षित आणि तत्पर आहात. तुमची हत्त्या होणे अपेक्षित नाही.

बाँड हा भांडवलवादी रचनेचे, लोकशाहीचे रक्षण करणारा आहे. तो स्वातंत्र्य, मुक्तविचारसरणी, व्यक्तीच्या स्वतंत्र विचारक्षमतेचा आदर करणारा पाश्चात्य भोगवादी आणि इहवादी व्यवस्थेचा पुरस्कर्ता आहे. त्याची प्रतिमा निर्माण करताना या सर्व गोष्टी योग्य प्रकारे चित्रपटातून व्यक्त व्हाव्यात यासाठी आजच्या पाश्चिमात्त्य समाजातील सर्व प्रतीकांचा अत्यंत प्रभावी वापर निर्मात्यांनी केला. त्याची गती, त्याचा पेहराव, वागणूक उंची व दर्जेदार राहणीची आवड, स्त्रियांप्रती सैलसर दृष्टिकोन या सर्वांमधून व्यक्त होणारा बाँड हा एक चिरतरुण नायक होता. त्याच्या प्रत्येक चित्रपटातून केवळ नवे साहसच प्रकट होत नव्हते, तर त्यासोबतच नवी नायिका व उपभोगाचे नवे तंत्रपण दिसून प्रदर्शित होत असे.

बाँडच्या चित्रपटांच्या निर्मितीपूर्वी केवळ काहीच वर्षे अगोदर एक महत्त्वाची घटना घडली. गर्भनिरोधनाच्या गोळीला वैधानिक मान्यता मिळाली. त्यापूर्वीच गर्भपाताचा कायदा बहुतेक सर्वच पाश्चिमात्य देशांनी मान्य केला होता. त्यासोबतच हे नवे कायदेशीर तंत्र स्त्रियांना मोठे स्वातंत्र्य देणारे ठरले. परिणामतः बाँडच्या चित्रपटातून स्वतंत्र व मनःपूत कामभोगी स्त्रियांना नायिका म्हणून दाखविणे शक्य झाले. नायिकेची ही प्रतिमा पाश्चात्त्य जगाला भावली. अशी स्वतंत्र वृत्तीची, कर्तव्यदक्ष, चपळ, चंचल आणि ध्येयाप्रती किंवा उद्दिष्टांप्रती कायम बांधिलकी असणारी महत्त्वाकांक्षी, स्वतंत्र स्त्री ही आता पश्चिमेची खरी ओळख झाली. मुक्त प्रणयाचे सैलसर चित्रण शक्य झाले. याचा प्रभाव संपूर्ण जगावर झाला. बाँडचे चित्रपट वेगळ्या अंगाने चालणारे असले, तरी त्यातला छंदीफंदी नायक आणि चंचल ललना हेदेखील त्याचे महत्त्वाचे वैशिष्ट्य ठरले.

बाँडपटांना आता ५० वर्षे झालीत. प्रत्येक दोन वर्षांनी एक बाँड पट येतो. त्याचा यशाचा आलेख चढताच असतो. त्याची लोकप्रियता कमी होत नाही. उलट त्यात आणखी भर पडत आहे. इतर कोणत्याही नायकाला, पात्राला आणि कथानकातील

मध्यवर्ती पात्राला एवढे महत्त्वाचे व मानाचे स्थान प्राप्त झाले नाही. बाँडपटाचा एक ठराविक साचा आहे. एका ठराविक पठडीतून ते चाकोरीबद्धपणे प्रवास करतात असा आरोप होत असतो. पण तरीही त्याची गोडी मात्र कमी होत नाही. प्रत्यक्षात इआन फ्लेमिंगने केवळ १२ कादंबऱ्या आणि ४ कथा लिहिल्यात. त्यांचा बाँडच्या चित्रपटांच्या शीर्षकापुरताच संबंध राहिला आहे. त्यापैकी कॅसिनो रॉयल, फ्रॉम रशिया वुइथ लव्ह, डॉ.नो आणि गोल्ड फिंगर या चार कादंबऱ्यांच्या कथानकांशी प्रामाणिकता ठेवून चित्रपट काढण्यात आले. परंतु नंतर मात्र केवळ कथानकातील पात्रे, शीर्षक व मूळकथावास्तूचा काही अंश मात्र यांना हाताशी धरून चित्रपट काढण्यात आलेत. परंतु तेदेखील अत्यंत गाजले.

बाँडपटांनी एक नवा मानदंड प्रस्थापित केला एक पूर्णत: स्वतंत्र वृत्तीचा साहसी नायक, ध्येयाप्रती संपूर्ण एकनिष्ठ आणि परंपरागत नीतिमूल्यांशी फारकत घेतलेला आक्रमक वृत्तीचा कोणत्याही तंत्राचा, साधनाचा व युक्तीचा वापर करणारा नायक यश आणि पराक्रम या दोन गोष्टींना महत्त्व देणारा, देशासाठी सर्वस्व पणाला लावणारा पण स्वच्छंदी मनस्वी कथानायक त्यातून निर्माण झाला.

१३

डायमंडस् आर फॉरएव्हर!

बाँड हा केवळ नायक नाही तर ती एक सामाजिक घटना आहे. आर्थिक, सांस्कृतिक परिवर्तनाचा तो एक चालताबोलता मानदंड आहे. बाँडने केवळ चित्रपटांचे विश्व बदलले नाही, तर एकूणच सामाजिक रचनेला नवे आयाम मिळवून दिलेत. त्याला एक प्रतीक चिन्हाचा दर्जा प्राप्त झाला आहे. बाँडची लोकप्रियता त्याच्या कादंबऱ्यांमुळे साहित्यिक वर्तुळात निर्माण झाली असे नाही. त्याने साहित्यनिर्मितीचे नवे मापदंड निर्माण केलेत असेदेखील नाही. त्याच्या कादंबऱ्यांना फार मोठे साहित्यिक मूल्य आहे, काही विशेष विचार प्रवर्तक आधार आहे असे मुळीच नाही. बाँड हा एक केवळ रहस्यकथेचा नायक, एक गुप्तहेर आहे. परंतु ज्या पद्धतीने ह्या पात्राची रचना झाली आहे ती पद्धत, त्या कथानकांची मांडणी व साम्यवाद, भांडवलवाद यांमधील एका चिरंतन द्वंद्वाची पार्श्वभूमी यामुळे बाँडचे महत्त्व असाधारण आहे.

लोकप्रियता हाच जर श्रेष्ठत्व आणि महत्त्व यांचे मोजमाप करण्याचा निकष असेल तर रहस्यकथांच्या दालनात जेम्स बाँड हा अत्यंत आघाडीवरचा नायक आहे. जॉन लकार, लेन डिलायटन, फ्रेडरिक फोर्सीथ अर्ल, स्टॅनले गार्डनर, जेम्स हॅडली चेस, निक कार्टर, केन फॉलेर्ट, या सर्वांना मागे टाकणाऱ्या कादंबऱ्या म्हणून बाँडकथांचा उल्लेख करावा लागेल. कारण प्रथमत: जेव्हा बाँड पडद्यावर अवतीर्ण झाला तेव्हा त्याची ओळख करून देताना एका वेगळ्याच जाहिरात तंत्राचा वापर करण्यात आला,

Now meet the most extraordinay
gentleman spy in all fiction.

James Bond, Agent 007.

बाँड हा गुप्तहेर आहे. सभ्य आणि साहसी आहे. तो स्मार्ट आहे. तो अविजित आहे, यावर भर देणाऱ्या जाहिरातीचे तंत्र वापरण्यात आले. डॉ.नो या बाँडपटाचे पहिले पोस्टर मायकेल हुक्स या चित्रकाराने तयार केले. त्याला त्यावेळी एक वेगळीच कल्पना सुचली. त्याने डॉ.नो ही कादंबरी अनेकवेळा वाचली. त्यातील बाँडचे खरे वैशिष्ट्य त्याची अचाट साहसी वृत्ती आणि धाडसी स्वभाव हे त्याच्या लक्षात आले. मग त्याच्या पोस्टरमध्ये त्याने एक मोठी पिस्तुल काढली व त्याखाली बाँडची हातात रिव्हाल्व्हर घेतलेली सावली आणि अवतीभोवती सुंदर तरुणींचा घोळका – त्याखाली चित्रपटाचे शीर्षक डॉ.नो. ह्या पोस्टरचे वैशिष्ट्य म्हणजे त्यातून बाँडचा साहसी स्वभाव, त्याची कामदेवाची प्रतिमा आणि लढाऊ वृत्ती अत्यंत स्पष्टपणे व्यक्त झाली. या प्रतिमेचा बाँडपटाला विशेष लाभ झाला आणि मग त्यानंरच्या प्रत्येक पोस्टरमध्ये वाल्टर पि. पि. के. ला एक अजोड स्थान प्राप्त झाले. त्यानंतर बाँडचा चित्रपट आला फ्रॉम रशिया वुइथ लव्ह त्याच्या पोस्टरवर ६९, ०००,००७ या आकड्यात जेम्स बाँडचे एवढे फॅन्स आहेत. हॉट ब्लडेड एक्साइटमेंट म्हणजे जेम्स बाँड – फ्रॉम रशिया वुइथ लव्ह, या शब्दात जाहिरात केली होती. या पोस्टरमध्ये सर्व भर एक्साइटमेंट या शब्दावर देण्यात आला होता. उजव्या हातात पिस्तोल घेतलेला बाँड आणि त्याच्या पायाशी बसलेली एक अर्ध वस्त्रांकित ललना हा या पोस्टरचा आणखी एक दिलखेचक नमुना होता. याशिवाय बाँडचे स्वभाववैशिष्ट्य स्पष्टपणे व्यक्त होण्यासाठी एक विशेष पोस्टर करण्यात आले होते. त्याचे आगळे वेगळे नायकत्व सिद्ध होण्यासाठी हे पोस्टर फारच उपयुक्त सिद्ध झाले.

Now At long last
He is on the screen
meet James Bond
The most famous masterspy
in all fiction
Always in peril
but never in Hurry !!

फ्रॉम रशिया वुइथ लव्ह च्यावेळी बाँडच्या नावाचे स्टिकर्स इटालियन, स्पॅनिश, जर्मन आणि फ्रेंच भाषेत काढण्यात आलेत. ००७–Bond ही अक्षरे आणि त्यावर हातात पिस्तूल घेतलेला जेम्स बाँड दाखविण्यात आला होता.

'गोल्ड फिंगर' या तिसऱ्या बाँडपटात एक सुवर्णांकित स्त्री दर्शविण्यात आली आणि तिच्या शरीरावर बाँडची पिस्तूल घेतलेली पडछाया दाखविण्यात आली. बाँडची प्रतिमा काळ्या दाट रंगात दाखविण्यात आली होती. तिला झळाळी होती.

बाँडचे हे पोस्टर विशेष गाजले.त्यातून चित्रकाराची कल्पकता दिसून येत होती. बाँड हा आता चिरपरिचित महानायक झाला होता. परिणामत: तो प्रत्येक देशात प्रत्येक घरात पोहोचला होता. जेम्स बाँडच्या आवडत्या ऑस्टिन मार्टिनची प्रतीकृती असणारी खेळण्यातली मोटार कोर्गी कंपनीने चलनात आणली. ती फार लोकप्रिय झाली.

थंडरबॉल ह्यापूर्वीच्या बाँडपटापेक्षा वेगळा होता. कारण ह्यापूर्वीच्या दोनच चित्रपटात बाँड लोकप्रियतेच्या सर्वोच्च शिखरावर पोहोचला होता. पण त्याला 'सुपर मॅनत्व' प्राप्त करून दिले थंडरबॉलने. थंडरबॉल हा ह्यापूर्वीच्या सर्वच बाँडपटापेक्षा अधिक महत्त्वाकांक्षी, तडफदार आणि फार मोठ्या बजेटचा चित्रपट होता.

यापूर्वीचे बाँडपट वेगवान कथानक आणि दमदार ॲक्शनमुळे चालले होते. पण यामध्ये त्याहीपेक्षा एक कदम पुढे जाणारा बाँड दाखविण्यात आला. 'थंडरबॉल' ह्यापूर्वीच्या सर्वच हॉलीवुड पटांपेक्षा वेगळा होता. त्यातील कथेचे फुटेज फार मोठे होते. परिणामत: त्याच्या पोस्टरमधून नेमका संदेश जावा यासाठी विशेष कल्पकता आणि चित्ताकर्षकता यावर भर देण्यात आला. बाँडपटाला थंडर बॉलने महाकाव्याचा आणि पुराणकथेचा दर्जा प्राप्त करून दिला. बाँडच्या पिस्तुलावर फोकस असणारे आणि 'बाँड सेव्हज् द वर्ल्ड' अशी ग्वाही देणारे घोषवाक्य असणारे पोस्टर चांगलेच गाजले. त्याचवेळी बाँडच्या आवडत्या व्होडका मार्टिनाची विक्री तडाखेबंद व्हावी यासाठी ००७ व्होडका चलनात आणण्यात आली. त्या बाटलीचे बूच पिस्तुलाच्या आकाराचे होते. त्यावर ००७ ही अक्षरे काढण्यात आली होती. आणि ही अक्षरे अत्यंत आकर्षक पद्धतीने रंगविण्यात आली होती. बाँडच्या ॲक्शन फिगर्स नावाची प्लॅस्टीकची खेळणी पण बाजारात आली. त्यासोबतच बाँड काररेस नावाचा एक खेळपण बाजारात आला. अर्थातच त्यामुळे बाँडच्या लोकप्रियतेत वाढ होण्यास विशेष मदत झाली.

'यु ओन्ली लिव्ह ट्वाईस' हा बाँडचा पट म्हणजे निव्वळ साहस आणि मनोरंजन होते. अंतरिक्ष, समुद्रतळ आणि पृथ्वी तिन्ही लोकांवरची साहसे बाँड या पटात करणार होता. म्हणूनच त्याची जाहिरात वेगळ्या प्रकारे होणे आवश्यक होतेच. त्यात सर्वच काही जबरदस्त होते. साहस, मनोरंजन, ॲक्शन आणि सेक्स यांची लयलूट होती आणि म्हणूनच त्याच्या जाहिरातीचा पोस्टरमधील मथळा होता.

"Twice" is much.
Twice is much excitment
Twice is much Bondgirls
Twice is much business

You only live twice या शीर्षकातील Twice ह्या शब्दाचा अत्यंत कल्पक वापर करण्यात आला होता.

बाँडच्या चित्रपटाची पोस्टर्स कल्पक आणि वेधक असतात हे लक्षात येताच हॉलिवूड मधील इतरही हाणामारी पटांसाठी तशाच जाहिराती व पोस्टर्स तयार करण्यावर भर देण्यात आला. Our man flint आणि The spy with my face या चित्रपटांमध्ये बाँडच्या चित्रपटांच्या पोस्टर्सची सहीसही नक्कल करण्यात आली होती.

'रॉजर मूर ॲज जेम्स बाँड' एवढेच त्यावर लिहिले होते. आणि मध्यभागी बाँडच्या आवडत्या पिस्तूलचे चित्र होते. मूरचे लॉचिंग चांगले झाले. तो फारच लवकर बाँड म्हणून स्वीकारला गेला. मूरदेखील कॉनरी आणि बाँडप्रमाणे स्कॉटिश होता. 'लिव्ह अँड लेट डाय' गाजला. अत्यंत चांगल्या व जलद चित्रीकरणांमुळे त्याने फार मोठा गल्ला गोळा केला. मूरला बाँड म्हणून सादर करण्याचा जुगार यशस्वी ठरला. या चित्रपटात वेगवान हालचाली आणि थरारक पाठलागांसोबत डोळे दिपवणारी टॅरोकार्डची जादूपण होती.

'दि मॅन वुइथ गोल्डन गन' आणि 'दि स्पाय हु लव्हड मी' यांनी तर विक्रमाचा उच्चांक गाठला. नवीन व अत्यंत नेत्रदीपक तंत्र, वेगवान पाठलाग, तुफान हाणामारी उत्कृष्ट निसर्गरम्य व मोहिनीलापण मागे टाकणाऱ्या कामातूर ललना या सर्वांची यात रेलचेल होती. चित्रपटाच्या यशाचा फॉर्म्युला पूर्णतः सिद्ध झाला होता. ब्रोकोली आणि साल्झमन यांना पैशाचा झरा सापडला होता. कुबेराच्या खजिन्याची किल्ली सापडली होती. मूनरेकर, फॉर युअर आइज ओन्ली, ए व्ह्यू टू ए कील आणि ऑक्टोपसी या सर्वांनीच वादातीतपणे यशाचे नवे मापदंड प्रस्थापित केले. प्रत्येक वेळा बाँडच्या साहसाने आव्हानाचे नवे क्षितिज गाठले. नव्या आणि वेगळ्या प्रकारचे साहस, नव्या चित्रीकरणाच्या तंत्राचा वापर आणि डोळे दिपविणारे भव्य सेटस् या सर्वांमध्ये कथानकाचा पत्ताच लागत नव्हता. खलनायक आणि खलनायिकांचे पाताळयंत्री जग, दिमाखदार घटनाक्रम आणि साचेबंद प्लॉटस् यामुळे प्रेक्षकांना विचार करण्याची संधीच मिळत नसे. चित्रपटांना दंतकथाचा आणि महान पुराणकथांचा दर्जा प्राप्त झाला. सत् असत्मधील चिरंतन संघर्ष, सुष्ट आणि दुष्टांचे युद्ध असाच तो संघर्ष होता.

'ए व्ह्यू टू ए किल' हा मूरचा शेवटचा बाँडपट होता. त्यात तो थोडासा थोराड वाटत होता. स्वतः मूरला आपली बाँड कारकीर्द संपल्याची जाणीव झाली. ब्रोकोली आणि साल्झमनपण दुसऱ्या बाँडच्या शोधात होते आणि त्यांना पिअर्स ब्रॉसननचा शोध लागला. 'रेमिंग्टन स्टिल' ह्या विलक्षण प्रभावी गुप्तहेर कथामालिकेत

त्याने चमकदार काम केले होते. ब्रॉसनन हा श्रेष्ठ दर्जाचा बाँड होऊ शकतो ह्याची त्यांना खात्री पटली होती. पण ब्रॉसननच्या नशिबात बाँड होणे नियतीने तेव्हा नोंदवले नव्हते.

टिमोथी डाल्टन ह्या ब्रिटिश नटाला आपोआपच त्यामुळे संधी मिळाली. डाल्टनदेखील एक प्रसिद्ध नट होता. पण त्याचा आविर्भाव आणि चेहरा बाँडच्या भूमिकेला फारसा न्याय देणारा होईल किंवा कसे! हा संशय सर्वांनाच होता. पण 'लिव्हिंग डेलाइट्स' आणि 'लायसन्स टू किल' या दोन्ही चित्रपटांत त्यांना चांगले यश मिळाले. त्यातील पोस्टर्समध्ये बाँडच्या प्रसिद्ध पिस्तुली सोबतच, नव्या बाँडची देखणी छायाकृती दाखविण्यात आली. Has Bond finally, met with the ultimate challenge अशीदेखील जाहिरात करण्यात आली. चित्रपटाचे पोस्टर नावीन्य आणि आगळेपणाने पुन्हा गाजले. त्यातील रंगसंगती, प्रतिमा आणि कल्पकता यांनी अपेक्षित परिणाम साधला.

१९९१ मध्ये शितयुद्ध संपलेत. बाँडचा आणि पश्चिमेचा मोठा शत्रू सोव्हिएत रशिया संपला. नामशेष झाला. लाल सैतानाच्या संकटाचे सावट दूर झाले. पण याचा अर्थ बाँड पुढील आव्हाने आणि जगापुढील संकटे संपलीत असे नाही. नव्या युगाचा एकविसाव्या शतकाचा आकर्षक उमदा आणि चैतन्यानी भरलेला बाँड हवा होता. नवीन प्रतीमा,नवीन आव्हाने यांना लीलया पेलणारा तंत्रज्ञाननिपुण, संगणक विशारद महान योद्धा, तो मिळाला. पिअर्स ब्रॉसननच्या रूपात. त्याची जाहिरात देखील आगळी वेगळी हवी होती. ती करतांना जाहिरातदारांनी एका अभिनव कल्पनेचा वापर केला. वाल्टर पी.पी.के रिव्हॉलरची नळी पोस्टरभर आकाराची होती ती जणू काही प्रेक्षकांवर रोखली होती आणि खाली एक सूचक वाक्य होते. There is no substitute – ००७ 'गोल्डन आय' च्या प्रदर्शनापूर्वी हे पोस्टर सर्वत्र झळकले. कुतूहल आणि उत्कंठा निर्माण करणाऱ्या या पोस्टरने ब्रॉसननला मोठे फुटेज मिळवून दिले आणि त्याने साल्झमनचा विश्वास सिद्ध केला. 'टूमारो नेव्हर डाइज' मधील ब्रॉसननला योग्य प्रतिमेचा आणि बाँडच्या वैशिष्ट्यांचा लाभ मिळावा म्हणून एका वेगळ्याच तंत्राचा वापर करण्यात आला. How could Bond possibly be faithful to juse one! असा मथळा असणारी जाहिरात करण्यात आली पण खाली चित्र होते. ऑस्टीन मार्टिन मोटारचे चित्र. 'टूमारो नेव्हर डाइज'साठी ४ विविध प्रकारची पोस्टर्स तयार करण्यात आली होती. दि न्यू जेम्स बाँड असे दिमाखात लिहिलेली पोस्टर्स आणि त्यानंतरच्या 'डाय अनादर डे' करिता सर्वाधिक खर्चिक पोस्टर्स करण्यात आली. बाँड विथ द् बेस्ट, 'ही इज बाँड, ही इज बियाँड' यांसारखी

शीर्षकं असणारी पोस्टर्स खरोखरच गाजली. टोनी नोरमॅड यांनी दि ऑफिशियल ००७ collection of Bond Posters या नावानेच पुस्तक प्रकाशित केले. बाँडची जाहिरात ज्या कल्पकतेने केली गेली त्याचे हे अप्रतिम संकलन आहे. या सर्व पोस्टर्सचा एकत्र विचार केल्यास बाँड हा एक वेगवान घटनाक्रम आहे. ती एक सांस्कृतिक घटना आहे असे लक्षात येते. समाजाची मानसिकता आणि दृष्टिकोन बदलविण्याची ताकद व रंजक सामर्थ्य असणारा तो एक जाहिरातप्रकार असे मानणे योग्य होईल.

डाल्टन कॉमिक्सने जेम्स बाँड कॉमिक्सची निर्मिती केली. त्याला अल्पावधीतच चांगला प्रतिसाद मिळाला. जेम्स बाँडचा चेहरा म्हणून सीन कॉनरीची प्रतिकृती वापरण्यात आली होती. यु ओन्ली लिव्ह ट्वाइस च्या प्रदर्शनाच्या वेळी जेम्स बाँड बबलगम आणि चॉकलेट्स चलनात आणण्यात आलीत. त्यासोबतच जेम्स बाँड किट्स नावाचे बाँड सोबतच्या साहित्याच्या प्रतिकृतीपण विक्रीस आणण्यात आल्या. यामध्ये बाँडचे पिस्तूल, कार, त्याच्या विविध चित्रपटांत वापरण्यात आलेल्या गॅजेटसचे नमुने यांचा समावेश होता. टोयोटा २००० या कारची प्रतिकृती तर फार लोकप्रिय झाली. स्पेक्ट्रचे व्होल्कॅनो लेयर या नावाचे खेळणेपण लोकप्रिय झाले.

'ऑन हर मॅजेस्टिकस सीक्रेट सर्व्हिस' च्या प्रदर्शनानंतर कोर्गी कंपनीने प्युजोट आणि वॉक्स वॅगनची प्रतिकृती बाजारात आणल्यात, जेम्स बाँडच्या अंगठ्या, सापशिडीच्या धर्तीवरचे खेळ देखील चलनात आणण्यात आलेत.

'लिव्ह अँड लेट डाय' या बाँडपटाच्या प्रदर्शनाच्या वेळी रॉजर मूर या नव्या नटाला सादर करण्यात आले. त्यासाठी अनेक प्रकारची प्रतीकृती खेळणी, शोभेच्या वस्तू, पिस्तूल, वॉकीटॉकी आणि थ्री डायमेन्शनल दर्शनी वस्तूची लयलूट करण्यात आली. बाँडच्या नेहमीच्या चाहत्यांप्रमाणेच इतरांनादेखील त्या गोष्टी आवडल्या आणि बाँडपटाच्या यशाला नवीन किनार लाभली. 'गोल्डन गन'चा काळ हा बाँडपटाचा सुवर्णकाळ होता. बाँडच्या प्रमोशनसाठी अनेक इलेक्ट्रॉनिक्स आणि प्लॅस्टिक वस्तूंची बाजारपेठेत बारीच लावण्यात आली. स्कॅरामांगाची सोनेरी पिस्तूल व गोळी यांची प्रतिमा, बाँड स्टाइलचे शर्ट, जोडे, टाय आणि परफ्यूम. बाँडची आवडती व्होडका, सिगरेट यांचीपण दणकेबाज विक्री झाली. ड्युपॉंट कारपेटस,निकॉन कंपनीचे बाँड कॅमेरे, गोलीब्री सिगरेट्स आणि लायटर्स या सर्वांनीच बाँडपटाच्या लोकप्रियतेचा पूर्ण लाभ घेतला.

'दि स्पाय हू लव्हड मी' या बाँडपटात पुन्हा एकदा नवीन प्रकारच्या बाजारपेठ तंत्राचा वापर करण्यात आला. या चित्रपटात पाणी आणि जमिनीवर चालणारी लोटस् नावाची मोटार दाखविण्यात आली होती. तिची प्लॅस्टिकची

प्रतिकृती कोर्गीने बाजारात आणली. स्ट्रॉमबर्ग या खलनायकाच्या तेज तडफदार हेलिकॉप्टरचा नमुनादेखील विक्रीस आणण्यात आला. जॉज या अमानवी शक्तीच्या खलनायकाची प्रतिकृती आणि लहान मुलांकरिता 'दि स्पाय हू लव्हड् मी' गिफ्ट सेटस' चीपण निर्मिती करण्यात आली. या सर्वच खेळण्यांची विक्री कलेक्टर्स आयटेम म्हणून तडाखेबंद प्रमाणात झाली.

यानंतरच्या मूनरेकर, फॉर युअर आईज ओन्ली, ऑक्टोपसी आणि ए व्ह्यू टु ए किल या बाँडपटांच्या प्रदर्शनाच्या वेळीदेखील अनेक खेळणी, विमाने, खेळ, पोशाख, मद्यांचे नवे प्रकार, मोटारचे नमुने, यांनी बाजारपेठेत हल्लाबोल केला. झिऑन कंपनीने नवी बाँड घड्याळ देखील चलनात आणली, पेन्सिल सेट, फाउंटन पेन, ऑफिस बॅग्ज, स्कूल बॅग्ज, टिफिन बॉक्स या सर्वांवर बाँडचे चिन्हांकन झाले. बाँड ही मिकीमाऊस नंतरची दुसरी श्रेष्ठ 'मार्केटेबल कमोडिटी' झाली.

लायसन्स टू किल चित्रपटाच्या प्रदर्शनापर्यंत कॉम्प्युटरचे सर्व पश्चिम गोलार्धावर राज्य सुरू झाले होते. बाँडच्या प्रमोशनसाठी मग संगणकीय खेळ आणि संगणकाशी संबंधित गोष्टींचा वापर करण्यात आला. पोस्टर्स बुक, फेवर फाइल, ऑफिशियल बॉडमुव्ही गाईड यांसारखी अनेक उत्पादने चलनात आणण्यात आली. कॉमिक बुक्सने बाँडचे मार्केट दुथडी भरून वाहू लागले. बाँडच्या पिस्तूलांचे व मोटर्स प्लास्टिक नमुने बाँडच्या चित्रपटातील खलनायकाच्या प्लास्टिकच्या प्रतिकृती आणि नवीन प्रकारची बाँडची खेळणीपण बाजारात आणण्यात आलीत. बाँडची गोडी कमी होऊ नये, त्याच्या चित्रपटांविषयी आणि बाँडविषयी प्रेक्षकांचे, चाहत्यांचे कुतूहल व आवड कायम रहावी यासाठी हा उपक्रम अत्यंत लोकप्रिय ठरला.

'गोल्डन आय' पासून नव्या बाँडचे युग सुरू झाले. नवे शतक, नवा काळ, नवे शत्रू आणि नवा नायक अशी सर्वच प्रकारची नवलाई या चित्रपटांपासून पाहण्यास मिळणार होती. त्यासाठी बाँडच्या निर्मात्यांनीदेखील बरीच पूर्वतयारी केली. केवळ खेळणी आणि प्लास्टिकच्या प्रतीकृतीपर्यंत बाँडला मर्यादित ठेवले नाही. तर बाँडपटावरील विशेष पुस्तके, मेकींग ऑफ गोल्डन आय किंवा मेकिंग ऑफ टूमारो नेव्हर डाइज सारख्या स्वतंत्र डाक्युमेंटरी पटांची निर्मिती करण्यात आली. त्यासोबतच दि इनक्रेडीबल वर्ल्ड ऑफ जेम्स बाँड ह्या नावाचे पुस्तकदेखील प्रकाशित करण्यात आले. बाँडच्या चित्रांचे पत्ते, घड्याळ, अलार्म क्लॉक्स, जॅकेटस्, मोटार सायकली, आणि टॉईज व इतर वस्तूंनी व सारे युरोपियन व अमेरिकन बाजार बाँडमय करण्यात आले होते.

बाँडचे नाव चलनी नाणे झाले होते. त्याची किंमत घटणे, त्याच्या मूल्यात घट होणे निर्मात्यांना परवडण्यासारखे नव्हते. परिणामत: बाँडला सतत नव्या प्रकारे, नव्या रंगात, नव्या रूपात सादर करणे ही निर्मात्यांची आवश्यकता झाली होती. बाँडची निर्मिती इहवादाचा प्रसार करण्यासाठी होती आणि त्याच्या प्रतीकांची निर्मिती त्यापेक्षाही मौल्यवान बाजारपेठेवरील आपला ताबा कायम ठेवण्यासाठी होती.

बाँडची जाहिरात करणे जसे त्याच्या निर्मात्यांना आवश्यक होते, त्याचप्रमाणे बाँडच्या लोकप्रियतेचा लाभ आपल्या उत्पादनाच्या विक्रीसाठी मिळाला पाहिजे ही अनेक विक्रेत्यांची मनीषा असणे स्वाभाविक होते. डॉ. नो'याचित्रपटाचे अफाट यश म्हणजे बाजारपेठेतील कंपन्यांना आणि विक्रेत्यांना भावी यशाची, विक्रीची हमी देणारा महामंत्र वाटला. बी. एम. डब्ल्यू ही सर्वात प्रमुख आणि पहिला कंपनी होय जिने बाँडचे व्यापारी महत्त्व लक्षात घेतले. बाँडपटात या कारचा वारंवार वापर झाला आहे. ऑस्टिन मार्टिन, आणि बेंटले या बाँडच्या आवडत्या मोटार कार्स आहेत. डॉ. नोमध्ये तो सनबीममध्ये सवार होतो. परंतु त्याची प्रातिनिधिक कार बी.एम.डब्ल्यू.च आहे. आपल्या या कारची फुकट होणारी प्रसिद्धी आणि तिचे बाँडशी जुळलेले अतूट नाते हा विक्रीचा सर्वात मोठा आधार आहे. सशक्त आणि भक्कम पैसा देणारा मार्ग आहे हे कंपनीने ओळखले आणि त्यानुसार तिला चित्रपटात फोकसमध्ये आणण्यासाठी बी.एम.डब्ल्यू. कंपनीने निर्मात्यांच्या आवश्यकतेनुसार नव्या प्रकारच्या वाहनांची संपूर्ण रचना केली. ॲन ऑफिशियल बाँड कार हे तिचे घोषवाक्य झाले. तर बाँड विथ द बेस्ट हा वाक्याचा कंपनीच्या विक्रय वृद्धीसाठी सातत्याने वापर करण्यात आला.

फ्रॉर्म रशिया वुइथ लव्हच्या चित्रीकरणाच्या वेळी बाँडच्या निर्मात्यांना ही गोष्ट त्यांच्या चाणाक्ष व्यापारबुद्धीमुळे लक्षात आली. बाँडच्या चित्रपटांत दिसणारे उत्पादन, बाँडच्या वापरातील वस्तू यांची जाहिरात चटकन होते, त्यामुळे बाँडचे चाहते त्या वस्तूंची आपसूकच खरेदी करतात हे त्यांनी ओळखले. मग बाँडच्या चित्रपटात वापरलेल्या उत्पादनांच्या मोबदल्यात त्या विक्रेत्यांकडून बाँडच्या निर्मात्यांना ठराविक उत्पन्न मिळणे आवश्यक होते. घड्याळ निर्मात्या रोलेक्स कंपनीने बाँडच्या चित्रपटांसाठी आपली उत्पादने देण्याकरिता असमर्थता व्यक्त केली. बाँडचा आपल्या उत्पादनांच्या विक्रीवर विपरित परिणाम होणार नाही असा कंपनीचा होरा होता. पण तो सपशेल खोटा ठरला. सिको या जपानी कंपनीने ती संधी साधली आणि मोठा बाजारपेठेतील हिस्सा ताब्यात घेतला.

परंतु 'स्मिरनॉफ व्होडका' तयार करणाऱ्या उत्पादकांना बाजारपेठेचा नेमका अंदाज बांधता आला. त्यांनी बाँडच्या चित्रपटासाठी 'आफिशियल ड्रिंक' म्हणून

आपली वर्णी लावली. युवर बाँड विथ क्वालिटी अशी जाहिरात करताना सीन कॉनरीच्या एका हातात स्मिरनॉफ आणि दुसऱ्या हातात पिस्तूल दाखविणाऱ्या वेगवेगळ्या पोझेसमधील जाहिराती त्यांनी नंतर कुशलतेने वापरल्यात. बाँडचे मद्य ठरलेले. 'व्होडका मार्टिनी' 'शेकन नॉट स्टरड ' असे त्याचे आवडते वाक्य आहे. त्या सर्वच घटकांचा वापर कंपनीने आपल्या उत्पादनाच्या विक्रीसाठी केला आणि बाजारपेठेत मोठे नाव कमविले.

थंडरबॉल चित्रपटात भन्नाट वेगाने झालेला कारचा पाठलाग हा तर जाहिरातीसाठी एक मोठाच पर्वकाळ होता. या दहा मिनिटांच्या दृश्यात अनेक उत्पादनांच्या जाहिराती दिग्दर्शकाने कौशल्याने दाखविल्या. मग ह्याच तंत्राचा बाँडच्या इतर चित्रपटांत पुन्हापुन्हा वापर करण्यात आला. बी.एम.डब्ल्यू, मोटार सायकलची पण या चित्रपटांतून चांगलीच जाहिरात झाली.

ज्या विविध प्रेक्षणीय आणि निसर्गरम्य स्थळांची बाँडसोबत प्रेक्षक फेरी करतात त्या सर्वच टूरिस्ट स्पॉटची आपूसकच जाहिरात होते. परंतु अलिशान कॅसिनो, पंचतारांकित हॉटेल्स, मद्यगृह, रेस्तरां आणि इतर जागांची बाँडपटामुळे विशेष जाहिरात होते. बाँडच्या निर्मात्यांनी त्या सर्वांनाच एका अर्थप्राप्तीचा स्त्रोत म्हणून काळजीपूर्वक वापरले. थंडरबॉलमध्ये याशिका कंपनीचा अंडरवॉटर कमेरा, सिकोचे गिगर काउंटर असणारे घड्याळ आणि सिगरेट केस व लायटर यांचीपण जाहिरात झाली. बाँड हा अत्यंत धाडसी नायक आहे. पण त्यासोबतच तो चोखंदळ व रसिक व्यक्ती आहे. त्याच्या चोखंदळ शौकीन आणि रंगील्या वृत्तीची छाप बाँडने वापरलेल्या प्रत्येक वस्तूतून दिसली पाहिजे हा निर्मात्यांचा आग्रह अगदी यथोचितच आहे.

१४

डॉ. नो

बाँडचे यश वादातीतपणे श्रेष्ठतम दर्जाचे होते. तो अपराजित होता. त्याची विजयपताका पहिल्या कादंबरीने विजयनगरीच्या मार्गाने निघाली आणि मग तिला कोणताही अडथळा झाला नाही. त्याची यशोगाथा दिन दुनी रात चौगुनी वाढतच होती. बाँडचा पराक्रम, त्याची साहसे, कथानकातील नावीन्य, भाषा यांमुळे तो लोकप्रिय झाला. फ्लेमिंगच्या कादंबऱ्यांतील दि मॅन वुइथ दि गोल्डन गन, ही शेवटची कादंबरी, त्याच्या मृत्यूनंतर प्रकाशित झाली. तर ऑक्टोपसी, दि लिव्हिंग डे लाइट्स आणि दि प्रॉपर्टी ऑफ ए लेडी या कथादेखील नंतर प्रकाशित झाल्या. फ्लेमिंगच्या निधनानंतरदेखील त्याचा बाँड मात्र अजरामरच होता. त्याची लोकप्रियता कायम होती. इतर अनेक लेखकांना बाँडला पुनर्जीवित करावयाची कामना होणे स्वाभाविक होते. फ्लेमिंगच्या शेवटच्या कादंबरीनंतर दोन वर्षांनी किंगस्ले अमिस यांनी 'कर्नलसन' ही प्रकाशित केली. त्याने रॉबर्ट मखराम हे टोपण नाव घेतले. इतर अनेक लोकमान्य लेखकांनी पण बाँडचे पुनर्जीवन करण्याचा मनोदय व्यक्त केला पण त्यात फारशे यश कोणालाही आले नाही. १९९१ पर्यंत नवीन बाँड कादंबऱ्याचे प्रकाशन झाले नाही.

१९९१ साली जॉन गार्डनर या प्रसिद्ध लेखकाने पुन्हा एकदा बाँडच्या कथानकांची मेजवानी वाचकांना द्यायचे ठरविले. 'लायसन्स रिन्युई' ही त्याची पहिली कादंबरी त्या मालिकेतील एक महत्त्वाचा टप्पा ठरली. तिला चांगले यश मिळाले. त्यावरूनच 'लायसन्स टू किल' हा चित्रपट तयार झाला. गार्डनर यांनी तेरा बाँड कथा लिहिल्या.

१९९७ साली अमेरिकन लेखक रेमंड बेन्सन यांनी 'जेम्स बाँड बेडसाइड कम्पॅनियन' या नावाचे पुस्तक लिहिले. त्यांनी 'झीरो मायनस टेन' ही बाँडकथा प्रथम लिहिली. ती बाँडच्या जातिवंत शैली आणि कथावैशिष्ट्यांसारखीच होती. तिचा विशेष गौरव झाला. बेन्सन यांनी त्यानंतरही बाँडकथा लिहिल्या. 'टूमारो नेव्हर डाइज' चित्रपटाची पटकथा बेन्सन यांनी लिहिली. त्याशिवाय १९८८ साली 'दि फॅक्टस ऑफ डेथ' ही कादंबरीदेखील प्रकाशित केली.

बाँडच्या पात्राला केंद्रीय स्थान देऊन कार्टुन कॉमिक्स कथा निघणे ही अमेरिकन रसिक वाचकांकरिता स्वाभाविक आणि अपेक्षित बाब होती. तशी ती कॉमिक कथा निघाली. जॉन मॅक लस्की याने दि डेली एक्सप्रेस या वृत्तपत्रासाठी १९५७ साली बाँड कॉमिक स्ट्रिप सुरू केली. ती फार यशस्वी झाली. ताबडतोब तिचे सिंडिकेंट सुरू झाले. अनेक भाषात बाँड कॉमिक्स सुरू झाले. बाँडच्या या कॉमिक्ससाठी सीन कॉनरीच्या चेहरापट्टीचा वापर करण्यात आला होता. स्ट्रिपला अफाट यश मिळाले.

अनुकरणप्रियता आणि नक्कल हा माणसाचा नैसर्गिक स्वभाव आहे. त्यात यशाची नक्कल करायला आवडते. यशासारखे दुसरे काही नाही याची त्याला जाणीव आहे. परिणामत: बाँडपटाचे आणि कादंबऱ्यांचे लक्षणीय यश, सर्वांनाच अनुकरणीय वाटले. नकले, उचले आणि फसवे बाँड त्यातून निर्माण झाले. बाँडपेक्षा चांगले, बाँडपेक्षा वाईट, प्रती बाँड, सवाई बाँड, ज्युनियर बाँड, लेडी बाँड या इतरही अनेक नावांनी बाँडपट निघाले. पश्चिमेला बाँड नामक आजार झाला. पश्चिमेची वाचकसृष्टी बाँड वेडी झाली होती. समाजमनावर, चित्रपटसृष्टी आणि लोक संस्कृतीवरचा बाँड प्रभाव दृश्यमान होण्याइतका स्पष्ट होता, त्यानेच बाँडचा दिर्घायुषी केले, चिरंजीव केले.

१९६५ साली पन्नासापेक्षा अधिक रहस्यप्रधान चित्रपट प्रदर्शित झाले. त्यापैकी बहुसंख्य चित्रपट बाँडची भ्रष्ट नक्कल करणारे होते. काहीमध्ये गुप्तहेर नायकाचा कोड नंबर ०७०, काही मध्ये ७७० हा होता. खलनायकाची नावे पण गोल्ड सिंगर, गोल्ड जिंजर याप्रमाणे होती. १९६६ सालीपण हाच प्रवाह कायम होता. या चित्रपटांची नावे लक्षात घेतलीत तर या नकलेगिरीचा अंदाज येईल. बँग बँग यू आर डेड, ए ०७७ चॅलेंज टू दि किलर्स, ओ एस एस वन वन सेव्हन, फ्रॉम टोकियो वुइथ लव्ह, पॅरी ग्रँट एजंट ऑफ आर्यन, स्पाय इन युअर आय, दि स्पाय हु लव्हड फ्लबर्स यासारखे अनेक चित्रपट बारीवर आले, आदळले आणि शांत झाले.

१९६५-१९६६ पासून सुरू झालेली ही बाँडपटाची यात्रा न संपणारी होती.

त्याचा मोह सर्वांनाच पडणारा होता. हॉलीवुडसारख्या अर्थप्रवाही नगरीत पैशाशिवाय दुसरा कोणताही विचार अर्थपूर्ण वाटत नाही. परिणामत: चित्रपटांच्या जगात अनेक नवे प्रयोग, आणि बाँडसारखे नकले प्रयोग यांचा सुळसुळाट झाला. चांगले व दर्जेदार चित्रपटदेखील या काळात आलेत. दि स्पाय हु केम इन फ्रॉम कोल्ड, सायलेन्सर यांसारखे चांगले चित्रपट बाँडपटाच्या लाटेत निघालेत. अनेक नटांनी बाँड करून पाहिला. पिटर सेलस, बर्ट रोनाल्ड, लॅंकेस्टर, डीन मार्टिन या सर्वांनाच बाँडचे वेड लागले. त्यांनी आपापल्या परीने बाँड केला तो कमी अधिक प्रमाणात यशस्वी पण झाला.

बाँडच्या कादंबऱ्या आणि चित्रपटांची केवळ नक्कल झाली नाही, तर त्याच्या चित्रपटातील गाजलेल्या थिम साँगस् आणि टायटल म्युझिकची पण नक्कल झाली. डॉ.नो पासूनच बाँडच्या संगिताच्या त्याच्या जबरदस्त धडाकेबाज बाँड थिमची सर्वत्र चलती होती. डॉ. नोचे संगीत विशेष गाजले. माँट्री नॉरमन यांनी त्याची रचना केली होती. डॉ.नो मध्ये जमैकन संगीताच्या पार्श्वभूमीवर असणारी अत्यंत तालबद्ध जम्प अप, जम्प अप जमैका ही धून होती, त्यासोबतच कॉनरी आणि उर्सुला अँड्र्यूज यांनी गायलेले 'अंडर विथ दी मँगो ट्री' हे विशेष लोकप्रिय झालेले गाणेपण होते.

त्यानंतर प्रकाशित झालेल्या 'फ्रॉम रशिया वुइथ लव्ह' मध्ये जगप्रसिद्ध बाँड थिमची निर्मिती झाली. पाठलाग, हाणामाऱ्या, रहस्यांचा उलगडा या सर्वच प्रसंगी बाँड थीमचा वापर करण्यात येत असे. ही धून अत्यंत लोकप्रिय झाली. अनेक चित्रपटांत अनेक प्रसंगी या बाँड थिमचा कल्पकतेने वापर करण्यात आला आहे. जॉन बॅरी हा या संगिताचा निर्माता होता. बाँडची थिम हाच बाँडचा खरा परिचय झाला. बाँडचा चित्रपट या थिमशिवाय अद्यापतरी पूर्ण झाला नाही. प्रत्येक बाँडपटात वेगवेगळ्या वाद्यसमूहाचा वापर करून ही बाँड थिम वापरण्यात आली आहे. ती फार गाजलीपण आहे.

बाँडच्या चित्रपटाचे दुसरे वैशिष्ट्य म्हणजे त्याचे टायटल साँग, चित्रपटाच्या कथानकातील मध्यवर्ती कल्पनेला गुंफण घालणारे हे गाणे अत्यंत रोचक व लयबद्ध असते. हे गाणे लोकप्रिय व्हावे यासाठी प्रत्येक बाँडपटाच्या वेळी लोकप्रिय गायक, वाद्यवृंद आणि गायिका व गीतलेखक यांचा सर्वोत्कृष्ट संच उपयोगात आणण्यात आला. टायटल साँगची कल्पना लोकप्रिय करण्यात बाँडपटाची भूमिका राहिली आहे. ह्या प्रत्येक टायटल साँगमध्ये चित्रपटाचे नाव असले पाहिजे यावरदेखील भर देण्यात आला. बाँडपटाची यामुळे लोकप्रियता तर वाढलीच पण त्यासोबतच त्याचे नाव प्रेक्षकांच्या मनावर आपुसकच कोरले जात होते.

बाँडपटाचे टायटल्स कल्पक असले पाहिजेत यावरदेखील भर देण्यात आला. बाँडपटाना आकर्षित करणारा हा प्रयोगदेखील अफाट यशस्वी ठरला. प्रत्येक वेळी नवीन कल्पना, नव्या रचना आणि दिलखेचक प्रसंगाची जुळणी करण्यात आली. ती प्रेक्षकांना खरोखरच आवडली. आजही ती परंपरा चालूच आहे.

बाँडच्या गाण्यांची, आणि थिम साँग व टायटल मुझिकची नक्कल होणे स्वाभाविक मानले गेले. एजंट डबल ओ सोल, सॉक इट टू गेम, जे.बी. सिक्रेट एजंट मॅन आणि दि लास्ट ऑफ दी सीक्रेट एजंट या सर्वच प्रकारच्या संगीतमय गाण्यांना व थिमसाँगजला मर्यादित यश प्राप्त झाले. दि. इनक्रेडिबल वर्ल्ड ऑफ जेम्स बाँड, आणि दी मुझिक ऑफ जेम्स बाँड व्हॉल्युम टू या नावाचे अल्बम पण प्रदर्शित झाले. ह्या सर्वांचा उद्देश गल्ला भरणे, बाँडची नक्कल करणे व पैसे कमविणे हाच होता, पण त्यांना यशदेखील येत होते.

बाँडच्या गाण्यांची, शैलीची, पटकथेची आणि शीर्षकांची पण नक्कल झाली. अनेक चित्रपटांची शीर्षके बाँडच्या चित्रपटांशी साधर्म्य दार्शविणारी होती. बँग बँग यू आर डेड, डिक स्मार्ट २.००७, आय डिल डेंजर ००७ एक्स्चेंजेस टू दि किलर्स, फ्रॉम टोकीयो वुइथ लव्ह, पॅनिक इन बँकॉक ०११७, दि स्पाय इन ग्रीन हॅट, स्पाय इन युअर आय, दि स्पाय विथ माय फेस, टू ट्रॅप ए स्पाय, टॉप सिक्रेट व टॉर्न कर्टन यासारखे अनेक गुप्तहेरपट आलेत. ते सारे दुय्यम दर्जाचे होते. पिटातला प्रेक्षकांना आवडावे, बाँडच्या पुन:प्रत्ययाचा आनंद घ्यावा यासाठी निर्माण केलेले नकले चित्रपट.

बाँडची चेष्टा आणि त्याची रेवडी उडविणारे चित्रपटदेखील निघालेत. बाँडसारखा एखाद्या जगाला वाचविणारा सुपर हीरो आहे ही कल्पनाच हास्यापद मानणारा एक वर्ग होता. त्याने बाँडची चेष्टा करणे स्वाभाविक होते. गोल्ड फिंगरच्या प्रकाशनानंतर त्या कादंबरीवर मोठी टीका झाली. अशा प्रकारची खुळचट कल्पना करणे हास्यापद आहे हे टीकाकारांनी स्पष्टपणे लिहिले. अमेरिकेच्या फोर्टनॉक्सला लुटण्याची कल्पना खरोखरच खुळचटपणाची आहे आणि म्हणूनच कादंबरी कचऱ्याच्या पेटीतच टाकावयास हवी असे मत मांडण्यात आले. त्याहीपेक्षा गमतीदार बाब म्हणजे गोल्डफिंगरची रेवडी उडविणारी एक विनोदी आणि व्यंगोक्तीपूर्ण कादंबरीदेखील प्रकाशित झाली.

कॅसिनो रॉयलच्या निर्मितीवरून वाद सुरू झाला होता. त्याचे हक्क साल्झमनपाशी नव्हते. त्यामुळे रॉयल हा चित्रपट त्याला काढता येणार नव्हता. रॉयलवरच्या हक्कावरून फ्लेमिंग आणि फ्लेडमन यांच्यामधील वाद कोर्टात गेला होता. त्याने फ्लेमिंगला

बदनाम करण्यासाठी कोलंबिया पिक्चर्सच्यावतीने कॅसिनो रॉयल काढला. ते एक स्पूफ (व्यंगपट) होते. त्यात बाँडची विलक्षण चेष्टा करण्यात आली होती. बाँडवर अत्यंत तीक्ष्ण टोमणे मारणारे वाग्बाण होते. गमतीदार पण चिमटे काढणारे संवाद होते. त्या चित्रपटात बुडी ॲलन, पिटर सेलर्स, डेवीड नेव्हीन या तीन दिग्गज नटांनी बाँडची भूमिका केली. पण चित्रपट फार रखडला आणि त्यात एकसूत्रता राहिली नाही परिणामत: चित्रपट साफ कोसळला. बाँडची प्रतिमा मात्र कायम राहिली.

बाँडवर टीका करणे, त्याची चेष्टा करणे यामागील उद्देशदेखील स्पष्ट होता. त्यातून पैसा कमविणे. १९९६ साली 'स्पाय हार्ड' या नावाचा चित्रपट आला. त्यात बाँडवर विशेष टीका होती. पण ती गमतीदार आणि प्रहसनाच्या रूपातील होती. त्यातील विनोद खळखळून हसविणारा होता पण चित्रपट मात्र फारसा चालला नाही. त्यानंतर 'दि मॅन हु न्यू टू लिटिल' नावाचा चित्रपट आला. त्याने मात्र धमाल केली. त्यात विल मरे या नटाने काम केले होते. त्यानंतर माइक मरेचे काम असलेला 'दि लुक ऑफ लव्ह' प्रदर्शित झाला. त्यालापण बऱ्यापैकी यश मिळाले. ऑस्टिन पॉवर या नावाचे बाँडच्या चित्रपटाची नक्कल करणारे व्यंगात्मक चित्रपट प्रदर्शित झाले. इंटरनॅशनल मॅन ऑफ मिस्टरी आणि त्यानंतर आणखी चित्रपट प्रदर्शित झालेत. जॉनी लंडन या नायकाच्या नावानेदेखील बाँडवरील प्रहसने आणि व्यंगपट प्रदर्शित झालेत.

डेनिमल क्रेग या ब्रिटिश नटाला जेम्स बाँडची भूमिका करण्याची संधी २००६ मध्ये प्राप्त झाली. बाँडची भूमिका करणारा तो सहावा नट आहे. सीन कॉनरी, रॉजर मूर, पिअर्स ब्राझनन, टिमोथी डाल्टन आणि जार्जी लेझन बॉय नंतर क्रेग ही भूमिका करणार आहे. आतापर्यंत ज्या नटांना बाँडची भूमिका करण्याची संधी प्राप्त झाली त्यात क्रेग हे सर्वात वादग्रस्त व्यक्तिमत्त्व राहिले आहे. कारण यापूर्वीच्या नटांच्या क्षमतेबद्दल आणि अभिनय गुणांबद्दल सर्वांनाच खात्री होती. ते बाँडची भूमिका करण्यासाठी पूर्णतः लायक आहेत याच प्रकारची कल्पना सर्वत्र होती. परंतु क्रेगची निवड बाँडच्या भूमिकेसाठी प्रयत्न करणाऱ्या इतर अभिनेत्यांच्या वेगवेगळ्या वादांमुळे वादग्रस्त झाली.

बाँडची प्रचंड प्रसिद्धी, कौतुकाचे वलय आणि झगमगाट असणाऱ्या भूमिकेचे आकर्षण प्रत्येकच हॉलीवुडच्या नटाला असते त्यात आश्चर्य नाही. हे आकर्षण असणारे आणि त्यासाठी प्रयत्न करणारे नटदेखील कमी नाहीत. पिअर्स ब्रासनने या बाँडपटात चार वेळा भूमिका करणाऱ्या नटाने क्रेगच्या निवडीवर तीव्र नापसंती व्यक्त केली. टॉम क्रुझ आणि इतर हॉलीवूड नटांनादेखील या निवडीबद्दल आश्चर्य वाटते.

क्रेग डॅनाचर हा रॉयल अकादमी ऑफ ड्रामाचा विद्यार्थी. त्याने नाट्याभिनयाचे धडे वयाच्या सहाव्या वर्षापासून घेणे सुरू केले. त्याला लहानपणापासून नाटकांची व अभिनयाची आवड होती. त्यांच्या वडिलांनी त्यासाठी त्याला प्रोत्साहन दिले. वयाच्या सोळाव्या वर्षापासून तो व्यावसायिक स्वरूपात नाट्यक्षेत्राकडे वळला. त्याने रंगमंचावर बरीच वर्षे मेहनत घेतली. त्याच्या भूमिकांची नोंदपण घेण्यात आली. २००१ साली चित्रपटाचे माध्यम त्याच्यासाठी मोकळे झाले. भरदार शरीरयष्टी, मजबूत ॲक्शन व मारधाड करणाऱ्या पटकथांसाठी त्याला आमंत्रित केले जाऊ लागले. त्यातच त्याला लोरा क्राफ्ट – दि रोम्ब रायडल या चित्रपटात काम करण्याची संधी प्राप्त झाली. चित्रपट गाजला तो अँजोलिना ज्युलीमुळे पण त्याच्या भूमिकेची नोंद मात्र घेण्यात आली. त्याला त्यानंतर चांगल्या चित्रपटांच्या भूमिकांसाठी मागणी येऊ लागली. त्याचे काही चित्रपट नोंद घेण्यासारखे ठरले. म्युनिख या स्पीडबर्गसारख्या थोर चित्रपट दिग्दर्शकाबरोबरचा चित्रपट त्याला मोठी प्रसिद्धी मिळवून देण्यास कारणीभूत ठरला. तर पोर आणि टॉम सोबतचा 'रोड टू पर्डिशन' देखील विशेष गाजला. गोल्डन कम्पास आणि एंजर यासारख्या चित्रपटांनी त्याचे हॉलीवुडमधील स्थान बळकट केले.

अत्यंत कमावलेले शरिर, भरिव शरीरयष्टी, निळे डोळे आणि चपळाई व मार्दव यामुळे त्याची बाँड पटासाठी निवड झाली. तो बाँडसाठी योग्य व न्याय देणारा कलाकार नाही असे अनेकांना वाटते. त्याचे रूप, चेहरा, हावभाव यामध्ये बाँडसाठी हवे असणारे अपेक्षित अभिनय गुण दिसत नाही. तो एखादा क्रुर खुनी वाटते. कामुक आणि दिलखेचक मदनमस्त नट वाटतो परंतु बाँडसाठी असणारी चतुराई, चपळाई आणि चाणाक्षपणा त्याच्या वागण्यातुन दिसत नाही. असा त्याच्यावर आरोप झाला कारण सिनडोनरी आणि पिअर्ल ब्रॉसनन यांच्या तुलनेत तो फारच डावा आहे. त्यांच्या अभिनय व व्यक्तीमत्वात असणारा 'बाँडपणा' त्याच्या हालचालीतुन व्यक्त होत नाही.

परंतु, बाँडच्या निर्मात्यांनाच बाँडची भुमिका व स्वरूप बदलावयाचे होते यामुळे हा निर्णय घेण्यात आला. त्यांना अपेक्षित असणारा नवा बाँड आक्रमक चपळ आणि अत्यंत धाडसी होता. त्याची मदन भूमिका त्यांना बदलावयाची होती आणि त्याची जागा साहसवादी, आक्रमक चेहऱ्याने घेणे अपेक्षित होते. त्यातुनच हा निर्णय घेण्यात आला.

क्रेगने आतापर्यंत दोन बाँडपटात काम केले आहे. कॅसिनो रोयाल, आणि काएंट ऑफ जोसेफ. त्यापैकी कॅसिनो हा आतापर्यंतचा सर्वाधिक विक्रमी गल्ला गोळा

करणारा बॉंडपट ठरला आहे. त्याच्या अभिनयाकरता त्याला 'एम्पायर अॅवार्ड' मिळाले तसेच तो बॅफ्टाचा सर्वोत्कृष्ट अभिनेता पण होता. क्लांटमच्या भूमिकेचेपण विशेष स्वागत झाले. त्याल बॉंडपटामधिल भूमिकांमुळे नविन कामगिरी व भूमिका मिळाल्या.

क्रेग बॉंडच्या परंपरागत चाहत्यांना मात्र संतुष्ट करू शकला नाही. टिमोयी डोल्टन हा जसा चांगला अभिनेता होता पण चांगला बॉंड नव्हता तसेच मत क्रेगबद्दल पण निर्माण झाले. क्रेगच्या भुमिकेत आत्यंतिक आक्रमक, कठोर आणि क्रुरपणाकडे झुकणारे साहस आहे. त्याच्या चेहऱ्यावर बॉंडच्या पुर्वीच्या नटांमधील चातुर्य, मानवीय चंचलपणा आणि धुर्तपणा दिसुन येत नाही. तो एखाद्या वादळासारखा आक्रमक आहे. त्याच्या हाणामारीच्या दृश्यात सहजता आणि प्रसन्नता नाही. परिणामतः ते मनाचा थरकाप उडवतात. असे पुर्वीच्या बॉंडपटांमध्ये होत नसे.

नविन बॉंडपटाचा बाज बदलला आहे. तो साहसी, आक्रमक, चपळ आणि कठोर आहे. त्याच्या स्वभावातील मिष्कील लाघवीपणा आता संपुष्टात आला आहे पण बॉंडचे वेगळेपण त्याच्या पडद्यावरील या मिष्कील, चपळाइत आणि चातुर्यपूर्ण हालचालीत आहे हे लक्षात घेतले पाहिजे. बॉंड हा केवळ 'मारा आणि ठोका' या तंत्राने हाणामारी करीत नाही. तो बुद्धीचा वापर करणारा आणि प्रसंगावधान ठेऊन वागणारा कुशल व्यहरचनाकार आहे हे त्याच्या भूमिकेतून व्यक्त होणे महत्वाचे आहे. तसे ते आता होत नाही हेच बॉंडच्या चाहत्यांचे मत आहे.

२१ च्या शतकातील जेम्स बॉंड कसा असेल याची नेमकी कल्पना क्रेगच्या चित्रपटांवरून येते. बॉंडपटांना आव्हान देणारे अधिक साहसी व आक्रमक चित्रपट आता तयार होत आहेत. त्यातील रोमांच व धडाडी खचितच बॉंडपटांपेक्षा काकणभर सरस आहे. वेगवान कथानके, अत्यंत भव्य सेटिंग्ज आणि चितथरारक हाणामाऱ्या यामुळे हे चित्रपट जगावेगळ्या जगात घेऊन जातात. त्यांची गोडी व रोचकता वेगळी आहे हे कळते.

बॉंडपटाच्या निर्मात्यांनी हे ओळखले आहे. यावर मात करणारी धूर्त आणि चाणाक्ष व्यूहनीती आवश्यक आहे हे त्यांना उमजले आहे. यासाठीच बॉंडपटाचा चेहरामोहरा आणि कथाबाज बदलण्यावर त्यांचा भर आहे. ज्याप्रमाणे प्रारंभीच्या बॉंडपटाचे आक्रमक साहसपटांना एक नवे परिभाष दिले त्याचप्रमाणे आपल्या बॉंडपटांना नवीन काहीतरी करणे आवश्यक आह, याची त्यांना जाणीव आहे. बॉंडची कहाणी आता रशियन जनरल्स आणि कारस्थानी के.जी.बी. यांच्या भोवती फिरता कामा नये. तर त्याऐवजी नवीन विषय पुढे आले पाहिजेत याची कल्पना आहे.

आजदेखील प्रती गुप्तहेर ही कल्पना कालबाह्य झाली नाही. या उलट विविध स्वरूपातील तिची दाहकता लक्षात येत आहे. स्पॉय केचर या पीटर राईल यांच्या पुस्तकाने तर प्रती गुप्तहेरांच्या विविध प्रकारच्या कामगिरींवर चांगलाच प्रकाश टाकला. इंग्लंडच्या या प्रसिद्ध गुप्तयंत्रणेचा प्रमुखच (रॉजर होलीस) के.जी.बी.चे एजंट होते आणि त्यातून एम.आय. ही यंत्रणा किती पोखरली आहे हे सिद्ध होते असे त्यांचे म्हणणे आहे. यासारखे अनेक प्रकरणे उघडकीस येत आहेत. त्यातून वाद होतात, चिखलफेक होते परंतु प्रती गुप्तहेरांचे अस्तित्व नाकारता येत नाही. देश विकण्यासाठी तयार असणाऱ्या भ्रष्ट, पैसेखाऊ, नालायक मंत्र्यांची, नेत्यांची आणि अधिकाऱ्यांची सर्वतोपरी मदत घेतली जाते. राष्ट्राला खड्ड्यात टाकणाऱ्या या सर्वच कृत्यांना उत्तेजन देण्याचे कार्य प्रती गुप्तहेर करतात. या सर्वच गोष्टींचा कल्पकतेने वापर करून बाँडपटांची व कथानकांची निर्मिती होत असते. विविधता विषय, नाविन्य आणि चटकदार रचना हेच बाँडपटांचे खरे वैशिष्ट्य आहे. तेच बाँडला चिरंजीव ठेवते यात शंका नाही.

परिशिष्ट १

बाँडच्या चित्रपटांची सूची

चित्रपटाचे नाव	वर्ष	बाँडचा अभिनय करणारा कलाकार
१) डॉ. नो	१९६२	सीन कॉनरी
२) फ्रॉम रशिया विथ लव्ह	१९६३	सीन कॉनरी
३) गोल्डफिंगर	१९६४	सीन कॉनरी
४) थंडर बॉल	१९६५	सीन कॉनरी
५) युओ	१९६७	सीन कॉनरी
६) ऑन हर मॅजेस्टीज सीक्रेट सर्व्हिस	१९६९	जॉर्ज लेझनबी
७) डायमंड्स आर फॉर एव्हर	१९७१	सीन कॉनरी
८) लिव्ह अँड लेट डाय	१९७३	रॉजर मूर
९) द मॅन विथ द गोल्डन गन	१९७४	रॉजर मूर
१०) दि स्पाय हू लव्हड् मी	१९७७	रॉजर मूर
११) मून टेकर	१९७९	रॉजर मूर

१२) फॉर युअर आईज ओन्ली	१९८१	रॉजर मूर
१३) ऑक्टोपसी	१९८३	रॉजर मूर
१४) ए व्ह्यू टू ए किल	१९८५	रॉजरमूर
१५) दि सिव्हींग डेलाइटस्	१९८७	टिमोथी डाल्टन
१६) लायसन्स टू किल	१९८९	रोबर्ट डेव्ही
१७) गोल्डन आय	१९९५	पिअल ब्रॉन्सन
१८) टुमारो नेव्हर डाइड्	१९९७	पिअल ब्रॉन्सन
१८) द वर्ल्ड इज नॉट इनफ !	१९९९	पिअर्स ब्रॉन्सन
१९) डाय अनादर डे	२००२	पिअल ब्रॉन्सन
२०) कॅसिनो रोयाल	२००७	क्रेग डेनीयल

www.ingramcontent.com/pod-product-compliance
Lightning Source LLC
Chambersburg PA
CBHW050739230626
47052CB00003BA/530